சயனைட் குறுங்கதைகள்

சயனைட் குறுங்கதைகள்

அராத்து

எழுத்து
பிரசுரம்

சயனைட் குறுங்கதைகள்

First Edition : January 2017
First Edition by Ezutthu Prachuram : December 2018
(An imprint of Zero Degree Publishing)
ISBN: 978 93 87707 47 4
Title No. EP: 30

Zero Degree Publishing
No. 55(7), R Block, 6th Avenue,
Anna Nagar,
Chennai - 600 040

Website : www.zerodegreepublishing.com
E Mail : zerodegreepublishing@gmail.com
Phone : 98400 65000

Cover Art : Karthikeyan Maddy
Cover Design & Layout : Creative Studio

ஆற்றலுக்கு...

முன்னுரை

தற்கொலை குறுங்கதைகள் நாவலுக்குப்பின், அதன் பாதிப்பு முற்றிலும் இல்லாமல், வேறொரு ஸ்டைலில் எழுத வேண்டும் என்று நினைத்து எழுத ஆரம்பித்தது சயனைட் குறுங்கதைகள். இதுவரை தமிழ்ப் புதினங்கள் கண்டு கொள்ளாத தருணங்கள், தவறவிட்ட கதைகள், முக்கியத்துவம் இல்லாத நிகழ்வுகள் போன்றவைகளை எடுத்து முயற்சித்துப் பார்த்ததுதான் சயனைட் குறுங்கதைகள்.

தமிழ் மொழியில் எப்படி வேண்டுமானாலும் பரிசோதித்துப் பார்க்கலாம். அட்டகாசமாக வளைந்து கொடுத்து ஒத்துழைக்கும் மொழி தமிழ் மொழி. ஆனாலும் பெரிதாக எந்த புது முயற்சியும் எடுக்கப்பட்டதில்லை. காதல், ஏழ்மை, வறுமை, குடும்பம், அறம், ஒழுக்கம் என தமிழ் இலக்கிய உலகை சுலபமாக ஒரு சின்ன குடுவைக்குள் அடக்கி விடலாம்.

தமிழ் மொழி கொடுக்கும் பலத்தால், வெவ்வேறு வகையிலான கதைகளை வெவ்வேறு பாணியில் எழுதி முயற்சித்துப் பார்த்தது தான் சயனைட் குறுங்கதைகள். இதை நீங்கள் வெறுமனே வெளியில் இருந்து படிக்க முடியாது. நீங்களும் இந்த எல்லா கதைகளிலும் ஒரு கதாபாத்திரம். நீங்களும் கதைகளில் ஏதாவது செய்துதான் ஆக வேண்டும்.

இதை முதலில் பிழை திருத்தம் செய்து கொடுத்த நண்பர் டிமிட்ரி இவ்நோஸ்கி மற்றும் பிச்சைக்காரன் ஆகியோருக்கு என் கட்டற்ற அன்பு. ஸீரோ டிகிரி பதிப்பகம் இதை இரண்டாம் பதிப்பாக வெளியிடுகிறது. இதை மீண்டும் நன்கு படித்துப் பார்த்து பிழை திருத்தம் செய்து கொடுத்த ஹரி ரஹ்மானுக்கு என் அன்பு மற்றும் நன்றி.

அட்டகாசமான ஓவியம் போட்டு அசத்தியவர் கார்த்திகேயன் மேடி. இப்போது பிஸியான டான்ஸ் மாஸ்டர் ஆகி விட்டார். அவருக்கும் என் நன்றி.

அராத்து
araathu@outlook.com

ஸ்மோக்

சரிந்து, பக்கத்தில் படுத்ததும், புரண்டு என் மீது பரவி, கிறங்கிக் கிடந்தாள். அவளின் வழக்கமான எடையை விட சற்றே கூடுதலாக உணர்ந்தேன். மிதமிஞ்சிய சந்தோஷத்தில், மூச்சை நன்றாக இழுத்துவிட்டதும், புகை பிடிக்கும் ஆர்வம் துளிர்த்தது. நிச்சயம், இன்னும் 20 நிமிடங்களாவது கிறக்கத்தை ஆராய்ந்தபடி கிடப்பாள் எனத் தெரிந்தது. அவளை தொந்தரவு செய்ய விருப்பமில்லை என்றால், என்னத்த லவ்? 'பேபி ஐ வாண்ட் ஸ்மோக்' என்றேன்.

நான் கிறங்கிப்போய் கிடந்தேன்.

ம்!

ஐ லவ் யூ.

ம்.

செக்ஸ் மற்றும் திகில் கதை

அந்த முதலிரவு அறையில், கட்டிலுக்கு அடியில் ஒருவனும் பாத்ரூமுக்குள் ஒருத்தியும் ஒளிந்து இருந்தார்கள்.

ஜெண்டர்

ஒரு ஊரில் 6 ஜெண்டர் இருந்தனர்.

பாம்பு!

பாம்புக்கு வளைந்து நெளிந்து செல்வது போரடித்தது. வித்தியாசமாக, நேர்க்கோட்டில் செல்ல வேண்டும் என்ற ஆர்வம் கொப்பளித்தது. ஆர்வம் கொப்பளித்ததில், கொஞ்சம் விஷம் கீழே சிந்தியது.

நேராகச் செல்ல பயிற்சி எடுக்க வேண்டி, சிரமப்பட்டு சொரசொரப்பான மரத்தின் மீதேறி, வாலால் ஒரு கிளையில் சுற்றிக்கொண்டு தலைகீழாகத் தொங்கி பயிற்சி செய்தது.

இதை அறிந்த மற்ற பாம்புகள், தாங்களும் தத்தமது வால்களை சுருக்கு முடிச்சுப் போட்டு, பற்பல கிளைகளில் தொங்க ஆரம்பித்தன. பல நாட்கள் தொங்கலுக்குப்பின், தன்னுடம்பு நேரானதாக நம்பிக்கை கொண்ட பாம்பு ஒன்று, நேராகச் செல்ல முயற்சித்தது.

இயற்கைக்கு மாறாகச் செயல்படுவதால், தன்னுடம்பின் கீழ் ரத்த சிராய்ப்பை அனுபவித்தது. ரத்தம் சொட்டச் சொட்ட முயற்சியை விடாமல் தொடர்ந்து கொண்டே இருந்தது. அந்த வழியே, பைக்கில் சென்ற ஒருவன் இதைப்பார்த்து திக் பிரமை அடைந்து, பைக்கை நிறுத்தி விட்டு அழ ஆரம்பித்து விட்டான்.

இனி, தான் வெட்டியாக வளைந்து நெளிந்து ஓட்டக்கூடாது என முடிவெடுத்த அவன், பாம்புகளுக்கு இடையில் கிடைத்த இடைவெளியில் ஒரு கிளையைப் பிடித்து, தலைகீழே தொங்க ஆரம்பித்தான். ஸ்டாண்ட் இட்ட பைக், முகத்தை வளைத்தபடி நின்று கொண்டு இருந்தது.

வளைவுகள்

சீட்டைப் படுக்க வைத்து, காலைத் தூக்கி ஸ்டியரிங் பக்கத்தில் வைத்துக்கொண்டு, பின் சீட்டில் இருக்கும் விண்டோ கிளாசுக்கு முத்தம் கொடுத்தபடி தூங்கிக்கொண்டு இருந்தாள் இளம் மனைவி. கார், மலை வளைவுகளில் சீறிக்கொண்டு, மெதுவாக ஏறிக்கொண்டு இருந்தது.

இந்த ஏரியா பற்றி முன்பே தெரியும். ஆபத்தானது, வழிப்பறிக் கொள்ளை சர்வசாதாரணம். பெரிய டிராஃபிக்கும் இருக்காது. ரோடு சுத்தம். கிட்டத்தட்ட 80 கிலோ மீட்டர் செல்ல வேண்டும்; வழியில் நான்கைந்து குக்கிராமங்கள் இருக்கின்றன. அனைத்தையும் தாண்டிச் சென்று விட்டால் சொர்க்கம்.

சொர்க்கத்துக்கு சுலபமாக சென்று இருக்கலாம். காலையில் கொஞ்சம் சீக்கிரம் எழுந்து, வழக்கமாகச் செய்யும் கேனைத் தனங்களை செய்யாமல் இருந்து இருந்தால். வழக்கமாக செய்யும் கேனைத்தனங்கள்? ஆமாம்... அது தெரியாமல் என்ன சயனைட் குறுங்கதைகள் படிக்க வந்துகிட்டு? பல்லை மட்டும் தேய்ச்சிட்டு, சரி... அதுகூட தேய்க்காமல் ஏன் காரில் ஏறி உட்கார்ந்து ஒரு லாங் டிரைவ் செய்யக்கூடாது?

எப்ப பாத்தாலும், டீ, டிஃபன், குளியல், டிரெஸ்சிங், பேக்கிங், மேக்அப், ஃபக் ஆஃப்.

வீடு பிடிக்காவிட்டாலும், வீட்டை விட்டு கிளம்புவது? அய்யா... சாமி!

இந்த வழிப்பறி, காட்டுப்பாதை எல்லாம் முந்தைய பத்தியில்

பெரிதாக எந்த தாக்கத்தையும் ஏற்படுத்தி இருக்காது. ஏனெனில் நேரத்தைச் சொல்லவில்லை. மணி இப்போது நள்ளிரவு 1.30.

ஒரு சின்ன ஜங்ஷன்.

கடைசி ஜங்ஷன்.

அங்கே இருந்து கார், வளைவில் வளைந்து மேலே ஏறுகிறது. 20 செகண்டுக்கு ஒருமுறை வளைவு, ரோடு மோசம். ரியர்வியூ மிர்ரரில், யாரேனும் பின் தொடர்கிறார்களா எனப் பார்த்தபடி ஓட்டிக்கொண்டு இருந்தான்.

கிட்டத்தட்ட 10 நிமிடத்துக்குப் பிறகு, மோட்டார்சைக்கிளில் இருவர் காரை ஓவர்டேக் செய்து சென்றனர்.

இளம் மனைவி, ஸ்டியரிங்கைத் தொட்டுக்கொண்டு இருந்த வலது காலை மாற்றி இடது காலை இடம் பெயர்த்தார்.

இங்கே இளம் மனைவி எனக் குறிப்பிடுவது, தொன்று தொட்டு படித்து வரும் வாசகர்களின் ஒரு கிக்குக்காகத்தான். இளம்பெண் மனைவியாவது வேறு, இளம் மனைவி என்பது வேறு !

ரியர்வியூ மிர்ரரில், இப்போது ஒரு கார் தெரிந்தது. மிகவும் க்ளோசாக வந்து கொண்டு இருந்தது. கொஞ்சம் வேகம் எடுத்தான். வேகம் எடுத்தால், வரும் வளைவுகளில் சரிந்து விழவேண்டியிருந்த காரணத்தால், வேகத்தை மட்டுப்படுத்த வேண்டி இருந்தது.

எதிரில் எப்போதாவது வரும் கார்கள் கொஞ்சம் ஆசுவாசமாக இருந்தது.

ரோட்டின் நடுவே செந்நீர் ஓடி, காரின் போக்கை மாற்றும் போதெல்லாம், இன்னொரு கையையும் ஸ்டியரிங்குக்கு கொண்டுவரலாம் என்ற எண்ணம் தோன்றியது.

இப்போது காரின் பின்னே, இரண்டு கார்கள் வருவது தெரிந்தது. கொஞ்சம் ஆறுதலாக இருந்தது.

கார் மிகச்சீராக ஓடிக்கொண்டு இருந்தது. ஒரு குட்டி கிராமம் வழியில் வந்தது. பின்னால் வந்த இரண்டு கார்களும் அந்த கிராமத்திற்குள் புகுந்ததை ரியர்வியூ மிர்ரரில் பார்த்தான். அவ்ளோதான், இனி நெடுநேரம் தனியாக காட்டுப்பாதையில் செல்லவேண்டும். மணி 2.15 காட்டியது.

பாக்கெட்டில் இருந்த அதிகமான பணத்தை எடுத்து, காலுக்கு கீழே இருக்கும் ரெக்ஸின் மிதிப்பான் அடியில் வைத்தான். மனைவியை எங்கே வைப்பான்?

வழியில் பெரிய பாலம் வந்தது. பாலம் மட்டுமே பெரிதாக தெரிந்தது. கீழே மற்றும் பக்கத்தில் எதுவும் தெரியவில்லை. கும்மிருட்டு. கொஞ்சம் சீக்கிரம் கிளம்பி வந்து இருந்தால், இந்த பசுமைக் காட்சிகள் மற்றும் நீரின் நடனங்களை எல்லாம் ரசித்தபடி ஓட்டியிருக்கலாம்.

இப்போது, யாரும் இல்லாத சாலையில் ஓட்டிக்கொண்டு இருப்பது அமானுஷ்யமாக இருந்தது.

இப்போதுகூட, அவனுக்கு வியப்பாக இருந்தது. ரிஸ்க் என்று தெரிகிறது. இப்போதுகூட திரும்பி போய் விடலாம். திரும்பி ரொம்ப தூரம் கூட போக வேண்டாம். கடந்து வந்த ஜங்ஷனில் போய் ஒரு டுபாக்கூர் லாட்ஜில் தங்கி, காலையில் போகலாம். ஏன் இப்படி ரிஸ்க் எனத் தெரிந்தும், சென்று சேர வேண்டிய இடத்தை அடைந்தே தீருவது என ஏன் வெறி கொண்டு ஓட்டிக்கொண்டு இருக்கிறோம் எனத் தெரியவில்லை.

மனைவி கால் மாற்றினாள். இவன் ஒரு தம்மை எடுத்துப் பற்ற வைத்தான். ஆபத்து, மோசமான வளைவுகள் கொண்ட சாலை எனவும், மிருகங்கள் கடக்கும் சாலை எனவும் போர்டுகள் அறிவுறித்தின.

குளிர் கொஞ்சம் அதிகம் ஆனது. பின்னேயும் எதிரேயும் யாரும் இல்லாமல் சில மணித்துளிகள் வளைந்து நெளிந்து ஓட்டியபின், நடுரோட்டில், ஆரம்பத்தில் முந்திச் சென்ற பைக், காரை வழி மறித்து நின்று கொண்டு இருந்தது.

ஆடி!

“ப்ச்... ஒவ்வொரு வருஷமும் இப்படி ஆடி மாசம் பிரிச்சி வச்சா வசதியா இருக்கும்ல” என்றான், என்றாள், என்றார்கள்.

குழந்தை

புணரும் போது அழுதது 6 மாதக் குழந்தை. அவன் அந்த குழந்தையை ஒரு அறை விடுகையில், கோபித்துக்கொள்ளாமல், இருவரையும் குழந்தையாக நினைத்தாள்.

நேரம்

வேகமாகப் போனால் நேரம் குறையுமாம். எய்ன்ஸ்டீன் சொல்லியிருக்கிறாராம். இதை லாரி டிரைவரிடம் சொன்னேன். சிரிக்கிறார்.

மேலே!

அருவியில், தண்ணீர் மேலிருந்து மேலே விழுந்து கொண்டிருந்தது. அவன், வானத்தை நோக்கி உச்சா அடித்துகொண்டே, பூமியைப் பார்த்துக்கொண்டு இருந்தான்.

பேய்

எனக்கு பேய், பிசாசு இதிலெல்லாம் துளி கூட நம்பிக்கை இல்லை.

நான் செத்து இரண்டு வாரங்கள் ஆன பின்பு, என் நம்பிக்கை இன்னும் உறுதியானது.

நம்பிக்கை

“டேய், உன்னை நம்ப மாட்டேன்டா” என்றாள் காதலோடு.

“ஆனா, நான் உன்னை நம்பறேன்டி” என்றான் கள்ளத்தோடு.

பிசாசு

பேய்ப்படங்கள் பற்றி பேசிக்கொண்டு இருக்கையில், "அப்பா, நான் ஒரு பேயைப் பாத்தேன்" என்றாள் மகள்.

பேயெல்லாம் இல்லவே இல்லைம்மா என்றேன்.

நம்பாதது அவளின் மூக்கில் தெரிந்தது. அம்மாவைப் பார்த்தாள். அம்மா சலனமற்று பேயைப் போலவோ இல்லை கடவுள் போலவோ இருந்தாள், ஆனால், மகளிடம் எதையோ கம்யூனிகேட் செய்தபடி இருந்தாள் என்பதை மகளின் இரு புருவங்களுக்கு இடையிலான சுழிப்பில் தெரிந்து கொண்டேன்.

"என்ன... அப்பா ஒரு லூசு, நம்பாதே" என்றிருப்பாள்.

மனைவியிடம் நான் லூஸாக இருப்பதுதான் சௌகர்யம். மகளிடம் கொஞ்சம் மெனக்கெடலாம் என்று பார்த்தேன்.

"எங்கம்மா பேயைப் பார்த்தே?"

"பெட்ரூம்ல, பீரோ மேலப்பா"

"சுமீ..." என்று அடிக்குரலில் கர்ஜித்தாள் மனைவி.

"இப்படி கத்திச்சாம்மா?" என்றேன். பழி வாங்கும் வாய்ப்பு!

கலகலவென சிரித்தாள் மகள்.

“எப்ப பாத்தே என்றேன்?”

“டெய்லீ.”

பின் அவளே கீழே அமர்ந்து, முட்டிக்காலை கட்டிக்கொண்டு, தலையை முட்டிக்கால் மேல் வைத்து சாய்த்துக்கொண்டு பார்த்தாள்.

“இப்படித்தான்பா பீரோ மேல ஒக்காந்துக்கிட்டு என்னைப் பாக்குது” என்றாள்.

பேய் இவ்வளவு அழகா என்பது போல போஸ் கொடுத்தாள் மகள்.

கடவுள் கூட ஓகே! இந்த பேய் நம்பிக்கையோ அல்லது பயமோ அல்லது ஆர்வமோ அல்லது பிரமையோ எப்படி வருகிறது குழந்தைகளுக்கு என்று எண்ணியபடியே, “ஏன் குட்டிமா என்கிட்ட அப்பவே சொல்லலை” என்றேன்.

”இல்லப்பா, அப்ப பயமா இருக்கும். நகர கூட பயமா இருக்கும், அப்டியே படுத்துக்குவேன்”

“சரி , இன்னிக்கி உன் பக்கத்துல படுத்துக்கறேன். என் கையை பிடிச்சிக்கோ. பீரோ மேல பாத்தின்னா, என் கையை லைட்டா நிரடி விடு”

படுத்தோம். விளக்கணைத்து விட்டேன். நீலக்கலர் இரவு விளக்கு சாயம் போன நீலக்கலரில் எரிந்து கொண்டு இருந்தது.

பீரோவுக்கு மேல் அடிக்கடி பார்த்துக்கொண்டு இருந்தேன். சந்திரனுக்கு எடுத்துச் செல்லத்தக்க அளவில் ஒரு பெரிய வயலட் கலர் சூட்கேசும், காஷ்மீரில் மட்டுமே உபயோகப்படக்கூடிய தடித்த கம்பளிப் போர்வையும் இருந்தன.

கையை நிரடி விடவே இல்லை. பொறுமையிழந்து கொண்டு இருக்கையில் கையை நிரடினாள்.

விலுக்கென்று திரும்பி பீரோ மேல் பார்த்தேன். யாருமில்லை.

“இல்லப்பா, இன்னிக்கி தெரியலைப்பா”

“சரிடா குட்டிமா... படுத்துக்கோ... பேயெல்லாம் இல்லடா குட்டி” என்றேன்.

நான் தூங்கிய பின்பு என் கை நிரடப்பட்டது, எனக்குத் தெரியவில்லை என்பதை, நானே எழுதுவது லாஜிக்காக இடிக்கும்தானே?

தற்கொலை

அவன் சாகஸக்காரன். அவனுக்கு அவ்வப்போது 'டக்கென்று செத்தால் எப்படி இருக்கும்?' என நினைப்பது சுவாரசியமாக இருக்கும். செத்தால், அந்த செகண்ட் நிலவரத்துக்கு என்னென்ன எப்படி மாறும் என பல பிராபப்ளிட்டியை நினைத்துப் பார்ப்பது ஒரு பொழுது போக்கு.

ஆனால், அவனுக்கு தற்கொலை அறவே பிடிக்காது.

11-ம் மாடி, ரயில் வீல் கிழித்துக் கடக்கும் இடம், சுழித்துக்கொண்டு ஓடும் வெள்ளம், கீழே பச்சையாக தெரியும் மலை உச்சி... இதையெல்லாம் பார்த்தால், செத்துப் பார்க்கலாமா எனத் தோன்றும். செத்துப் பார்க்க முடியுமா எனத் தெளிவாகத் தெரியாததால் தள்ளிப் போடுவான்.

அந்த மாதிரி சிச்சுவேஷனில், செத்துப்போகும் கடைசி நொடி வரை கற்பனை செய்யமுடிந்த அவனால், சாகும் அந்தக் கணத்தை மட்டும் கற்பனை செய்யமுடியாததே அவன் சாகாததற்கு அல்லது செத்துப் பார்க்காததற்குக் காரணம்.

ஒரு நண்பன் தற்கொலை செய்து கொள்ள வேண்டும் எனவும், பயமாயிருக்கிறது எனவும், கூட வந்து தைரியம் கொடுத்து, அதாவது மோட்டிவேட் செய்தால் தற்கொலை செய்து

கொள்வதாகவும் கூறியதால், ஆர்வத்தோடு அவனுடன் அந்த வணிக வளாகத்தின் மொட்டை மாடிக்கு டிரிக்காக கூட்டிச் சென்றான்.

எவ்வளவோ தைரியம் கொடுத்தும், நண்பன் குதிக்க மறுத்தான்.

என்னடா இதுக்கு போய் பயப்படற? தோ பாரு, நான் குதிக்கிறேன், என்னைப்போலவே நீயும் குதி என்று சொல்லிட்டு, டக்கென்று குதித்தான்.

அடுத்த 10 செகண்டில்... 5 செகண்ட் கூட இருக்கும், சரியாகத் தெரியவில்லை, நண்பனும் குதித்தான்.

நண்பன் தானாக குதித்ததாக அவனுக்கு அந்தரத்தில் பயணிக்கையில் தோன்றவேயில்லை.

புது மனைவி

மாமியார் ஐசியூவில் இருப்பதாக போன் வந்ததும், பாத்ரூமில் போய்க் கதவை சாத்திக்கொண்டு, அதை எப்படி புத்தம்புது மனைவியிடம் தன் மீது காதல் அதிகரிக்கும்படி சொல்ல வேண்டும் என பலவிதமாகச் சொல்லிப் பார்த்துக்கொண்டான். அதற்குப்பிறகான தொடர் நிகழ்ச்சிகளின்போது, எப்படியெல்லாம் நடந்து கொண்டு புது மனைவியை இம்ப்ரஸ் செய்ய வேண்டும் எனவும் அதிவிரைவாக யோசித்துயோசித்து மனதில் சீன்களை ஓட விட்டான்.

மெதுவாக வெளியே வந்து, ஆன்லைனில் பிரேசியர் வாங்கிக்கொண்டு இருந்த மனைவியிடம், முகத்தை நியூட்ரலாக வைத்துக்கொண்டு, 'ஒரு போன் வந்திச்சி... உங்கிட்ட பேசணும்' என அவளின் தோளில் கைவத்து அமுக்கிச் சொன்னான்.

"ஒரு நிமிஷம்" என சொல்லியபடி செல்ஃபோனுடன் பாத்ரூமிற்குள் சென்று கதவைச் சாத்திக்கொண்டாள்.

பைத்தியம்

திடீரென உங்கள் மூளை, பச்சிளம் குழந்தையின் மூளை போல ஆகிவிடுகிறது. ஆனால், பெரியவர்களுக்குத் தெரிந்த அனைத்து விஷயங்களும் உங்களுக்குத் தெரியும். வேறென்ன... சூதுவாதுதான். விஞ்ஞானமா தெரியும் என நினைத்தீர்கள்? விஞ்ஞானிகளுக்கு குழந்தை மூளைதான், விடுங்கள்.

இப்படி ஆகிவிட்டால், சின்ன சின்ன விஷயங்களுக்கும் உங்கள் மூளை பாதிக்கும். ரொம்ப கஷ்டப்படுவீர்கள். சிலர் உங்களை பைத்தியம் எனச் சொல்லக்கூடும். நீங்களே அப்படி நினைக்கவும் எக்கச்சக்க சாத்தியக்கூறுகள் உண்டு.

இந்தப் பிரச்சனைக்கு, சில மருந்துகள் மார்கெட்டில் உள்ளன. சில பைத்தியக்கார டாக்டர் அதை உங்களுக்குப் பரிந்துரைப்பார். அந்த மருந்தின் வேலைப்பாட்டை, ஒரு குழந்தை போல நீங்கள் பார்த்துக்கொண்டு இருப்பீர்கள்.

ஆட்டோவில் சென்ற போது, ஆட்டோக்காரர் ஒரு அக்குப்ரஷர் மருத்துவரைப்பற்றி விசேஷமாக கூறினார். சும்மா கை விரலை அமுக்கி அமுக்கியே அவரின் நீண்ட நாள் பிரச்சனையை தீர்த்து விட்டதாக. ஆர்வமுடன் அவரின் முகவரியை வாங்கிக்கொண்டு, அவர் எப்போது இருப்பார் என கேட்டேன். அவர் பிரதி

வெள்ளிக்கிழமை மட்டும்தான் அந்த கிளினிக்குக்கு வருவதாக கூறினார்.

நான் ஆர்வமிகுதியால், புதன்கிழமையே அந்த கிளினிக்குக்கு சென்று வெளிப்புறத்தோற்றத்தைப் பார்த்து விட்டு வரலாம் என ஜாலியாக சென்றேன்.

கேட் திறந்து இருந்தது.

மூன்றுபேர், உள்ளே இருந்து வெளியேறிக்கொண்டு இருந்தனர். பேசிக்கொண்டுதான் வந்தனர். ஒரு குடும்பம் போல இருந்தனர்.

நான் அவர்களை வழிமறித்து, அதாவது எக்ஸ்க்யூஸ்மீ என கேட்டு, நிறுத்தினேன்.

மலங்க மலங்க விழித்தபடி அவர்கள் நின்றனர். அவர்களின் சிஸ்டத்தில், இந்த இடையூறை எதிர்பாராதது போல விழித்தனர்.

“டாக்டர் எப்ப வருவாரு, டாக்டர் எப்படி?” என குழம்பியபடி ஏதோ கேட்டேன்.

நடுவில் இருந்த ஆள் ஓடத் தொடங்கினார். இன்னொருவர் அவரை பிடிக்க ஓடினார். மூன்றாமவர், “டாக்டர் இப்பவே உள்ள இருக்காரு போய் பாருங்க” என்று சொல்லியபடி அந்த இருவரையும் துரத்தியபடி ஓடினார்.

நான் மாடி ஏறினேன்.

டாக்டர் அறைக்கு செல்வதற்கு முன்னால், போர்டை பார்த்தேன். பிரதி வெள்ளிக்கிழமை என்றுதான் போட்டு இருந்தது.

கீழேயும் பார்த்தேன். தெறித்து ஓடியவரைப் பிடித்து, பைக் நடுவே அமர வைத்து, பைக்கை கிளப்பிக் கொண்டு இருந்தனர். டாக்டர் அறைக்குச் சென்றேன்.

டாக்டர் புன்னகையுடன் நாற்காலியைக் காண்பித்தார்.

டாக்டர், எனக்கு லைட்டா பைத்தியம் பிடிச்சிருக்குன்னு ஃபீல்

பண்றேன். நீங்க சிம்பிளா அமுக்கி அமுக்கி குணப்படுத்துவதா கேள்விப்பட்டேன்" என்றேன்.

டாக்டர், அவர் கையை என் அருகே நீட்டி, அவரின் மோதிர விரலின் நுனியில், கண்ணை மூடிக்கொண்டு, என்னை அமுக்கி விடச் சொன்னார்.

காஃபி

“எல்லாருக்கும் காஃபி குடும்மா” என்றார் 70 எம்எம் இளிப்புடன்.

பட்டுப்புடவையில், பாங்காக காஃபி கொடுத்தபடி இருந்தாள்.

மாப்பிள்ளை போனை நோண்டுவதைப்போல ஸ்மார்ட்டாக ஸ்மார்ட் போனில், காஃபி கொடுப்பதை படம் பிடித்தான் வாட்ஸப் அப்ளிகேஷனில்.

அவளின் ஜாக்கெட்டில் சொருகியிருந்த குட்டி கேமரா, அதையும் சேர்த்து படம் பிடித்தபடி இருந்தது.

அடுத்த எண்டில் இருக்கும் அந்த இருவர் என்ன செய்து கொண்டிருந்தார்கள் என்பது சயனைட் குறுங்கதைகளுக்கே தெரியாது.

பேரன்பு

அந்த வில்லை தொண்டைக்குழி வழியாக சறுக்கிக்கொண்டு சென்றது.

“இன்னொரு க்ளாஸ் தண்ணி குடிம்மா” என்றான்.

தண்ணீர் குடித்துவிட்டு கட்டிப்பிடித்துக்கொண்டாள்.

அவளின் நெஞ்சை தடவிக்கொடுத்தான். அவள் இறுக்கிக் கொண்டாள்.

உள்ளே சென்ற வில்லை கரையத்தொடங்கியது.

இவன் முத்தமிட்டான். அவளும் முத்தமிட்டாள். உதட்டை இறுக்கி தன்னுள் வைத்துக்கொண்டு, ஈறுகளை நாக்கால் தடவிக்கொடுத்தாள்.

இவன் வயிற்றை தடவிக்கொடுத்தான். வயிற்றைத் தூக்கிக் கொடுத்தாள்.

வயிற்றில் முத்தமிட்டான். தொப்புளில் முத்தம் விழுந்தது.

அந்த சதைக்கோளம் தடுப்பாட்டம் ஆடியது. போராட்டமே வாழ்க்கை என்பது தெரியாமலேயே, வாழ்க்கை ஆரம்பிப்பதற்கு முன்னமே போராடியது.

வயிற்றுக்குள் ஜனநாயகமாவது மண்ணாங்கட்டியாவது? இபிகோவாவது? புணர்ச்சியல் அமைப்புச் சட்டமாவது?

வில்லையை எதிர்க்க முடியா சதைக்கோளம், தன் உயிரை அவளின் தொண்டை வழியே ஏப்பமாக அனுப்பி விட்டு, ரத்தக்களறியானது உள்ளுக்குள்ளே!

புதிதாக தற்போது உள்ளே சென்ற உயிரணுக்கள், அநாதையாக சுற்றிக்கொண்டு இருந்தன.

வயிற்றில் கை வைத்திருந்தவனின் கையை விலக்கிவிட்டு புரண்டு படுத்துக்கொண்டாள்.

அவளின் புட்டத்தில் கை வைத்தபடி தூங்கிப்போனான்.

ஆம்பளை

“இனிமே இந்த சனியன் பிடிச்ச சைக்கோ ஆம்பளைங்களே வேண்டாம் என் வாழ்க்கையில்” என்ற வரியோடு அந்த சிறுகதை முடியும்.

விடிகாலை, “நான் இந்த மாதிரி கட்டிப்பிடிச்சிக்கிட்டு தூங்கினதே இல்லைடா” என்றாள் அந்த சிறுகதை எழுதிப்போகிறவனிடம்.

லூஸு

டுமாக் டிமீக் ரிம்லிக் டகாசிக் ஜில்க்ட் குர்ரு மிக்ட்கா டுஸ்லீ டிர்ர்ர்ர்ர் மரூக் பிக்சிக் சூக்தூ பூன்சை பூக்ளு பர்மிக்.

போர்ட் மீட்டிங்கில் கண்ணை விரித்துக்கொண்டே தலையை ஆட்டிக்கொண்டே தூங்கப் பழகிவிட்டிருந்தது நித்யாவுக்கு.

முத்தம்

ஏய், என்மேல கோவமாத்தானேடீ இருக்க?

இல்லடா!

பொய் சொல்லாதடீ. எனக்குத் தெரியுது.

நிஜமா இல்ல.

சரி, அப்பன்னா எனக்கு ஒரு லிப் கிஸ் குடு.

ம்ப்ச் ம்ப்ச்.

ப்ச், கோவமாத்தான் இருக்க. என்னன்னு சொன்னாத்தானேடீ தெரியும்.

நான் தான் லிப் கிஸ் உடனே குடுத்தனே, கோவம் இல்லைதானே?

கோவம் இல்லைன்னா, இப்பிடியா உடனே லிப் கிஸ் குடுப்ப?. கொஞ்சமாவது வெட்கப்பட்டிருப்ப, இல்லன்னா குறும்பா சிரிச்சிகிட்டு வேற எதாவது பண்ணிருப்ப, நிச்சயமா இப்பிடி ஸ்டிக்கர் பொட்டு வச்சிக்கிற மாதிரி லிப் கிஸ் குடுத்துருக்க மாட்ட.

ஆமா கோவம்தான்.

அப்படி ஒத்துக்கோ, இப்ப வா லிப் கிஸ் குடு!

டாஸ்மாக்

(கதையில் வரும் கதாபாத்திரங்களும், சம்பவங்களும் உண்மையே. கதையில் வரும் பிராண்ட் நேம்கள் மட்டும் கற்பனை, கதையின் தலைப்பு உட்பட. கதையில் வரும் பிராண்டுகள் உண்மையிலேயே இருந்தால் அது தற்செயலானது மற்றும் அவர்களின் தலையெழுத்து)

சென்னை புறநகர் அடுக்குமாடிக் குடியிருப்பின் 3வது மாடியில், டிரிபிள் பெட்ரூம் ஃப்ளாட்டில் சிங்கிள் பெட்ரூமில் வாழ்ந்து வந்தான் மிங்கி நீவலர் தட்டையாரு. கதை சூடு பிடிக்க வேண்டுமென்பதால் உடனடியாக ஊசி, தட்டையாரு ரூமுக்கு வந்தான்.

கதவைத் தட்டி, காலிங்பெல் அடித்து, மொபைலில் அழைத்து, மொபைலில் தட்டையாரு அம்மாவுக்கு போன் பண்ணிக்கொண்டு இருக்கையில் லுங்கியை புட்டத்துக்குள் விட்டு மசாஜ் செய்தபடியே கதவைத் திறந்தான் தட்டையாரு.

திரும்பவும் கதை சூடுபிடிக்க வேண்டி, கடகடவென ஊசி உள்ளே நுழைந்ததையும், குசலம் விசாரித்ததையும், ஷூவை கழட்டிப் போட்டதையும், தண்ணீர் குடித்ததையும், உச்சா போனதையும் பின் இருவரும் ஒரு ரூமில் வந்து அமர்ந்ததையும் ஃபாஸ்ட் ஃபார்வேர்டில் 2 செகண்டில் நினைத்துப்பார்த்துக் கொள்ளுங்கள்.

தட்டையாரு, ‘சரக்கடிக்கலாமா மச்சி’ என்று ஊசியிடம் கேட்டான்.

‘அடிக்கலாம் மச்சி , இருக்கா’ என்றான் ஊசி.

‘வாங்கிக்கலாம்டா’.

சுன்னி என ஊசி சொல்லவில்லை. தமிழ்க்கதையில் கெட்ட வார்த்தை திட்டு எனக் கருதப்படுவதால், சுன்னி என மனதில் தான் நினைத்துக்கொண்டதாக தட்டையாருவிடம் சொன்னான்.

‘நீ ஏன் சுன்னி என மனதில் நினைத்துக்கொண்டாய்’ என தான் மனதில் கேட்டுக்கொண்டதாக ஊசியிடம் சொன்னான் தட்டையாரு.

‘பின்ன என்னடா? இவ்ளோ சம்பாரிக்கிற? வீட்ல சரக்கு இல்லையா? எப்பப் பாத்தாலும் போய் வாங்கிட்டுதான் வரணுமா? வாங்கிட்டு வர்றதுக்குள்ள மூட் போய்டும்டா’ என சொல்லிவிட்டு, போடா ஓழான் என தன் மனதுக்குள் நினைத்துக்கொண்டதாக கூறினான் ஊசி.

‘சரி மாப்ள கோச்சிக்காதே. இனிமே நான் ஸ்டாக் வச்சிக்கிறேன். இப்ப போய் வாங்கிட்டு வரலாம். என்ன வாங்கிட்டு வரலாம் சொல்லு’ என்றான் தட்டையாரு. மேலும், ‘என்னா சரக்கு மச்சி நல்ல சரக்கு?’ என்றும் கேட்டபடியே லுங்கியை அவிழ்த்துவிட்டு ஜட்டி போட்டுக்கொண்டு பேண்டை எடுத்துப் போட்டான்.

தண்ணீரைக் குடித்தபடி ஊசி ஆற்றிய உரையிலிருந்து:

‘மச்சி, ஆரம்பத்தில் தனியார் வைன்ஷாப் ஓட்டிக்கொண்டு இருக்கும்போது விஸ்கிதான் அதிகமா ஓடும். மெக் டோவல், பீபி, ஓல்ட் டேவர்ன், விண்டேஜ் என விஸ்கி ராஜ்ஜியம்.

பிராந்தி மெக்டோவல் மட்டுமே கிடைக்கும்.

ரம்மில் ஓல்ட்மாங்க், ஓல்ட் காஸ்க் கிடைக்கும். அப்போது கல்யாணி, கோல்டன் ஈகிள், ப்ளாக் நைட், 5000 போன்ற பியர்கள் கிடைக்கும்.

வைன் என்றால் கோல்கொண்டா மட்டுமே! ஆனால், யாரும் கோல்கொண்டா குடிக்க மாட்டார்கள். கோல்கொண்டா கேட்டால் தூசியுடன் கூடிய கோல்கொண்டா பாட்டிலை எடுத்து, பொறுமையாக துடைத்து தருவார்கள்.

பிறகு, கொஞ்சம்கொஞ்சமாக சிக்நேச்சர், ராயல் சேலஞ்ச், 8 பீஎம், பீபி கோல்ட் போன்ற விஸ்கிகள் அறிமுகமாயின. இந்த காலத்தில்தான் க்ளோபஸ் என்ற சக்கரைத்தண்ணி வைன் அறிமுகமாகியது.

தமிழர்களுக்கு திடீரென தோன்றிய எம்என்சி கல்ச்சரால் சக்கரை நோய் அறிமுகமாகியதும், லஞ்சம் கொடுத்து டாக்டர் பட்டம் வாங்கிய டாக்டர்கள் விஸ்கி குடிக்காதீர்கள், பிராந்தி குடியுங்கள் என்று சொல்ல ஆரம்பித்தார்கள்.

அதுமட்டுமன்றி, ஜென்டில்மேனாக குடித்த குடிகாரர்கள் மறைந்து போய், குவாட்டர் அடித்து மட்டையாகும் ஆட்கள் பெருகினர். கள்ளச்சாராயமும் இந்தக் காலத்தில் சுத்தமாக ஒழிந்ததால், அந்த இடத்தை ஈடு செய்யும் பொறுப்பு 72 ரூ, 81 ரூ பிராந்திக்கு ஏற்பட்டது.

அரசாங்கம் மது விற்க பொறுப்பேற்றுக்கொண்டதும், கிடைக்கும் பிராண்டுகள் கன்னாபின்னாவென மாறியது. தமிழக அரசாங்கத்துக்கு மட்டும் சரக்கு சப்ளை செய்யும் மது ஆலைகள் தோன்றின. இந்த மது ஆலைகள் விற்பனை செய்யும் சரக்குக்கு ஒரே கஸ்டமர் டாஸ்மாக் மட்டுமே.

இந்த விநோதம் தமிழகத்தில் மட்டுமே. இந்த மது ஆலைகள் தரத்திற்காகவோ, மார்கெட்டிங்கிற்காகவோ பத்துப் பைசா செலவழிக்கத்தேவையில்லை. லஞ்சம் கொடுத்தால் போதும், கொள்முதல் செய்யப்படும். இந்த மதுவகைகளை வெளி மாநிலத்தில் ஓப்பன் மார்க்கெட்டில் விற்றால், காரித்துப்புவார்கள். நிச்சயம் ஓடாது.

அந்தப் பெயர்கள் எல்லாம் என் மனதிலும் இல்லை, என் நினைவிலும் இல்லை, எனக்குத்தெரியாது என்று சொல்லிய ஊசி,

இப்போது கிடைக்கும் மதுவகைகளில் எதைக் குடிக்கலாம் எனச் சொல்ல ஆரம்பித்தான்.

பிராந்தியில் மார்ஃபியூஸ், போல்ஸ், ஏஜ் டீ வோக் போன்ற சரக்குகள் ஓரளவு ஏற்புடையவை. இவைகளை சில்ட் வாட்டர் கலந்தோ அல்லது ட்ரோப்பிகானோ டிராகன்பெர்ரி, கேன்பெர்ரி, லிட்சி கலந்தோ அடித்து மகிழலாம்.

விஸ்கி சுத்தமாக அவுட் டேட்டட் ஆகிவிட்டது தமிழகத்தில். ராயல் சேலஞ்ச், சிக்நேச்சர் போன்றவைகளே ஓரளவுதான் தேறும்.

வாட் 69, பிளாக் & வொயிட், 100 பைப்பர்ஸ், பிளாக் டாக், டீச்சர்ஸ் போன்ற விஸ்கிகள் டாஸ்மாக் எலைட் ஷாப்பில் கிடைத்தாலும், அன்றன்றைக்கு கிடைக்குமா என கேரண்டி கிடையாது.

இவற்றில் டீச்சர்ஸ் படுமட்டம். வெளிநாடு சென்று சிலோன் வழியாக வரும் நம் ஆட்கள் இப்போதும் பெருமையாக டீச்சர்ஸைத்தான் தூக்கி வருகிறார்கள். வாட் 69, பிளாக் அண்ட் வொயிட் ஒரே குவாலிட்டி. பிளாக் டாக் தனி குவாலிட்டி. ஜாக் டேனியல்ஸும் கிடைக்கிறது. இது அல்டிமேட்.

இதற்கு மிக்ஸிங்? ஆன் தி ராக் தான்! அல்லது சோடா வித் வாட்டர்! இதை அடிக்க தனி ரசனை வேண்டும்.

ரம்? ஓல்ட் மாங்க் 12 இயர்ஸ் ஓல்ட் கிடைத்துக்கொண்டு இருந்தது. இப்போது இல்லை.

சாதாரண ஓல்ட் மாங்க், ஓல்ட் காஸ்க் மற்றும் பகார்டி கிடைக்கிறது. லைம் ஃபிளேவரிலும் கிடைக்கிறது. இதை வைத்து மொஹித்தோ காக்டெயில் செய்யலாம். பைனாப்பிள் ஜூஸை கீழே ஊற்றி, ஆரஞ்சு ஜூஸ் அதற்குமேல் ஊற்றி, அதன் மேல் இந்த பகார்டி ரம்மை ஊற்றியும் அடிக்கலாம்.

ஸ்மிர்ன்ஆஃப் வோட்கா கிடைத்துக்கொண்டு இருந்தது. ரொமனாவும் கிடைத்தது. இப்போது இல்லை. எம்ஜிஎம் என்ற

கொடூரே வோட்காவைப் பற்றிய தககல்கள் இல்லை.

இப்போது பியரில் கிங்ஃபிஷர் லேகர், பிரிட்டிஷ் எம்பையர் மட்டுமே நல்ல பியர்கள். 5000 கிடைப்பதில்லை. கிடைக்கும் மற்ற அனைத்து பியர்களும் எரிசாராயம். 2 வருடங்களுக்கு முன் கார்ல்ஸ்பெர்க் கிடைத்துக்கொண்டு இருந்தது. டீலிங் ஒத்து வரவில்லைபோல. இப்போது ஃபோஸ்டர்ஸும் கிடைக்கிறது.

ஜின்னுக்கு வேலையே இல்லை.

எலைட் வைன் ஷாப்பில் ஹென்னஸி, ரெமி மார்டின், பார்டிநெட் போன்ற விலை உயர்ந்த கோனியாக் வகைகள் கிடைக்கின்றன.

ஜிகார்மாஸ்டரும் கிடைப்பது வேடிக்கைதான்.

பெங்களூர், ஹைதராபாத், கோவா போன்ற நகரங்களில் ஓப்பன் மார்க்கெட். லிக்கர் கம்பனிகள் விளம்பரம் செய்ய வேண்டும். தரத்திற்காக பாடுபட வேண்டும். கஸ்டமரை திருப்திப்படுத்த வேண்டும். காம்ப்ளிமென்டரி கொடுக்கவேண்டும். விலை தமிழகத்தில் விற்கும் அதே விலைதான்.

இங்கே தமிழகத்தில், கஸ்டமர் என்பவன் மது அடிமை. பிச்சைக்காரனை விட கேவலமானாவன்.

எது கொடுத்தாலும் குடிப்பான். கேள்வி கேட்க மாட்டான். மது ஆலைகள் யாரேனும் ஒரு ஆளை தமிழகத்தில் திருப்தி படுத்தினால் போதும். பன்னி மூத்திரத்தில் ஆல்கஹாலை கலந்து புட்டியில் போட்டு கொடுத்தாலும் தமிழன் குடிப்பான்.

'ஓகேவா? வாடா சரக்கு வாங்க போலாம்' என்றான் ஊசி.

'வாந்தி வருது மச்சி! வேணாம்டா' என்றான் தட்டையாரு.

'சரி வா, டி.நகர் சத்யா பஜார் இல்லன்னா பர்மா பஜார் போலாம்' என்றான் ஊசி!

முடிவு

என் காதலை ஒத்துக்கொண்டு 42 முத்தங்களும் 3 நாட்களும் கடந்த நிலையில், அழகும் கவர்ச்சியும் ஒவ்வொரு செல்லிலும் பீறிட்டு அடித்துக்கொண்டிருக்கும் நித்யாவை பைக்கில் அந்த மலைவாசஸ்தலத்திற்கு அழைத்து வந்தேன். வனப்பகுதியில் பயணித்துக்கொண்டு இருந்தோம். நித்யா என்னை இறுக்கி கட்டிப்பிடித்திருக்கவில்லையெனினும் அவள் ஸ்பரிசம் படும் ஒவ்வொரு இடத்திற்கும் குடமுழுக்கு நடந்தது.

குறிப்பிட்ட இடத்தை அடைவதற்கு முன்பு, லேசாக தூறல் போட்டது. கொஞ்ச நேரத்தில் வலுவான மழை. பைக்கை ஓரங்கட்டி, அங்கே இருக்கும் வனத்துறை செக் போஸ்டில் விசாரித்ததில், இங்கேயே ஒரு சின்ன ரெஸ்ட் ஹவுஸ் உள்ளதாகவும், இங்கே தங்கி காலையில் நீங்கள் மீண்டும் பயணத்தை தொடரலாம் என்றும் தெரிவிக்கப்பட்டது.

ரெஸ்ட் ஹவுஸ் மிகவும் சிறியதாக இருந்தது. அதே அளவுக்கு டாய்லெட் இருந்தது. உடை மாற்றிகொண்டதும், ஏற்கனவே நின்றவாக்கில் முத்தம் கொடுத்தது போதும், பொஸிஷனை மாற்றுவோம் என்று நினைத்தபடி அவளை படுக்கையில் கிடத்தி, மேலே படர்ந்து முத்தமிட்டேன். அவள் எதிர்ப்பு ஏதும் தெரிவிக்கவில்லையெனில் மேட்டரையே முடிக்கவும் ரெடியாக இருந்தேன்.

அவள் என்னை லாவகமாக ஒதுக்கி, 'க்ளைமேட் சூப்பரா இருக்கு , வைன் இருந்தா நல்லாருக்கும் இல்ல?' என்றாள்.

'ஆமாம், சாப்பாடு கூட வேணும் இல்லையா?' என்றபடி மழையில் நனைந்துகொண்டே பைக்கில் கிளம்பினேன்.

'இங்கேயிருந்து 12 கிலோமீட்டரில் ஒரு கிராமம் இருக்கு, அங்க எல்லாம் கிடைக்கும். சீக்கிரம் போயிட்டு வந்துடுங்க' என்றார் வனத்துறை ஊழியர்.

கிராமம் அடங்கும் மூடில் இருந்தது. அனைத்தும் வாங்கிக்கொண்டு திரும்பும்போது, செக் போஸ்டை மூடி இருந்தார்கள்.

அங்கே இருந்த ஊழியரை ஹாரனால் அழைத்தேன்.

'நைட் 8 மணிக்கு மேல அனுமதி இல்லை சார். யானை , சிறுத்தை நடமாட்டம் இருக்கும். 12 கிலோமீட்டர், நடுவுல யாரும் இருக்க மாட்டாங்க, ஆபத்து சார்' என்றார்.

நிலைமையை சொல்லி 100 ரூபாய் கொடுத்ததும், 'காசு முக்கியம் இல்லை, பார்த்து போங்க சார்' என்று சொல்லி திறந்து விட்டார். முக்கியமில்லாத காசையும் வாங்கிக்கொண்டார்.

பைக் ஓட்ட முடியாமல் மழை முகத்தில் அடித்துக் கொண்டேயிருந்தது. 7 கிலோ மீட்டரை தாண்டியதும் மழை அதிகரித்தது. பைக்கின் வேகத்தை குறைத்தேன்.

தூரத்தில் கருப்பாக ஏதோ... யானை, யானைதான். யானை தன் குட்டியோடு நடு ரோட்டில் சாவகாசமாக நின்று கொண்டு இருந்தது.

பைக்கை நிறுத்தினேன். சுற்று வட்டாரத்தில் யாருமில்லை. நானும் யானைகளும் தான்.

நேரம் கடந்து கொண்டேயிருந்தது. மழையும் அடித்துக் கொண்டேயிருந்தது. யானைகள் நின்ற இடத்தில் இருந்து நகரவில்லை.

நான் ஒரு எழுத்தாளனும் கூட. ஒவ்வொரு சந்தர்ப்பத்திலும் ஏதேனும் கதை தோன்றினால், அதை வரிகளாகவே மனதில் உருவாக்கி வைத்துவிடுவேன். பிறகு, இம்மி பிசகாமல் எழுதி விடுவேன்.

கிட்டத்தட்ட அரை மணி நேரமாக நின்றுகொண்டிருக்கிறேன். என் அழகுத் தங்கம் அங்கே தனியாக காத்துக்கொண்டிருக்கிறாள். ஆம், எனக்காகவும் வைனுக்காகவும். இந்த சூழ்நிலையிலும் அவளை நினைத்தபோது எனக்கு எரக்ட் ஆனது.

எவ்வளவு நேரம் நிற்பது?

யானை, கொஞ்சமாக ரோட்டை விட்டு நகர்ந்தது. ஒரு பைக் செல்லுமளவுக்கு வழி இருந்தது.

சென்றுவிடு என என் உள்மனது குதூகலத்துடன் ஏத்தி விட்டது. அவள் மட்டும் அங்கே இல்லை எனில் நிச்சயம் செல்லமாட்டேன் என உள்மனதிடம் கூறினேன்.

செகண்ட் கியரை போட்டு வேகமாக சர்ர்ர்ர்ர்ர்ரென கடந்து விடலாம் என்றும், இருக்கும் டென்ஷனை விட்டும் முதலில் வெளியேறுவோம் என்றும் பைக்கை கிளப்பினேன்.

பைக் யானையின் அருகே செல்லச்செல்ல யானை மெது மெதுவாக திரும்பியது. என்னால் பிரேக்கும் போட முடியவில்லை, எந்த முடிவும் எடுக்க முடியாமல் ஆக்ஸிலேட்டரை முறுக்கினேன்.

யானையை கடந்து கொண்டு இருந்தேன், கடந்து விட்டேன் என்றுதான் நினைத்தேன். அப்படியே அந்தரத்தில் ஏகாந்தமாக பறப்பது போன்ற உணர்வு, சில நிமிடங்கள்தான்.வெளியே சென்ற விண்கலம் பூமிக்கு திரும்ப வருகையில், கட்டுப்பாடிழந்து பூமியில் வலுவாக மோதுவது போல பூமி அதிர கீழே மோதினேன்.

யானை தன் காலை தூக்குவது என் கண்ணுக்கும், என் தலை நொறுங்குவது என் காதுக்கும் ஒரு செகண்ட் கேட்டது.

யானையைப் பார்த்தேன். யானை இப்போது பாதி ரோட்டை

கடந்து மலைமீது ஏறும் உத்தேசத்துடன் ஏனோ தயங்கி நின்றது. இந்த இடைவெளி போதுமா? தாண்டி விடலாமா? எவ்வளவு நேரம்தான் கண்டதையும் யோசித்துக்கொண்டு இந்த இரவு நேரத்தில் இப்படி நின்று கொண்டிருப்பது?

நித்யா... நித்யா... நித்யா. என்ன ஆனாலும் ஆகட்டும் என பைக்கை கிளப்பிக்கொண்டு விர்ரென யானைக்கு பக்கத்தில் இருக்கும் கொஞ்சம் இடைவெளியை நோக்கி ஓட்ட ஆரம்பித்தேன்.

நவ பாஷாணம்

நித்யாவின் கல்லூரித் தோழர்களில் மிகவும் கவனிக்கத்தக்கவன் நவபாஷாணம். நித்யாவின் கல்லூரி நண்பர்கள் கேங்க் மிகவும் ஆரவாரமானது. ஆண்கள் பெண்கள் இரண்டும் கலந்து 14 உருப்படிகள் தேறும். இவ்வளவு பெரிய கேங்காக இருந்தாலும், இந்த கேங்குக்குள் யாரும் யாரையும் காதலிக்கவில்லை. யாரேனும் யாரையாவது காதலிப்பது போல பேச்செழுந்தாலே கிண்டல் பண்ணி காலி செய்து விடுவார்கள். நவபாஷாணம் இதில் மிகவும் கெட்டிக்காரன். காதல் செய்திகளை மோப்பம் பிடிப்பதிலும் , வெறுப்பேற்றி காலி செய்வதிலும், தங்கள் குழுவுக்குள்ளேயே காதல் ஏதும் ஏற்படாமல் பார்த்துக்கொள்வதிலும் நவபாஷாணம் சிறந்து விளங்கினான்.

இந்த குழுவுக்குள்ளேயே ஒரு ரகசியமான கிசுகிசு உலா வந்து கொண்டு இருந்தது. அது, இதைப் படித்துக்கொண்டிருக்கும் நீங்களே இன்னேரம் ஊகித்து இருக்கும் அதே சப்பை கிசு கிசு தான். ஆம், நவபாஷாணம் நித்யாவை காதலித்துக்கொண்டு இருக்கிறான். இந்த கிசுகிசுவை யாராலும் ஊர்ஜிதம் செய்ய முடியவில்லை எனினும், ஒரு முறை காலைநேர ஃபில்டர் காஃபி கலர் நித்யாவின் உதடு வீங்கியிருந்தபோது, அதைப்பற்றி பலரும் நித்யாவை விசாரித்தபோதும், நவபாஷாணம் மட்டும் அமைதியாக இருந்தான்.

கல்லூரி விடுமுறையின் போது இந்தக் குழு கோவாவுக்கு இன்பச்சுற்றுலா செல்ல திட்டமிட்டபோது, நித்யாதான் விமானத்தின் மூலம் செல்லலாம் என முடிவெடுத்தாள். பீச் ரெஸார்ட்டில் 7 அறைகள் எடுத்தபோது, நித்யாவுடன் அறையை பகிர்ந்து கொண்டான் நவபாஷாணம்.

மாலை நேரத்தில் மிதமாக தண்ணி அடித்துவிட்டு கலாட்டாவாக பேசிக்கொண்டு பீச் ஓரம் நடந்து செல்கையில் விசித்திரமாக ஒரு ரஷ்யாக்காரனைச் சந்தித்தார்கள். அவன் உடல் முழுக்க டாட்டூ வரைந்து கொண்டு கோமாளி போல உடை அணிந்து கொண்டு ரிங் பாலை கையில் வைத்தபடி இவர்களை விளையாட அழைத்தான்.

நித்யா அவனை எள்ளலாக ஏதோ சொல்ல அவன் திடீரென்று வெறி கொண்டு ஓடிவந்து குட்டியான கத்தியால்... குட்டி என்றால் மிகவும் சின்ன, சுண்டு விரல் அளவே இருக்கும் கத்தியால் நித்யாவின் வயிற்றில் குத்தினான். அனைத்தும் கண் இமைக்கும் நேரத்தில் நடந்து விட்டதால், நித்யாவின் வயிற்றில் குத்து விழுந்ததையே யாராலும் கவனிக்க முடியவில்லை.

நவபாஷாணம் மட்டும் பார்த்து விட்டான். எப்படி என்றால், கண்ணிமைக்கும் பிராசஸின் போது மற்றவர்கள் கண் திறக்கையில் இவன் கண்மூடுவதும், மற்றவர்கள் கண்மூடும்போது இவன் கண் திறப்பதும் வாடிக்கை.

நித்யாவை மருத்துவமனையில் சேர்த்தார்கள். நவபாஷாணம் மிகவும் பதற்றமாகக் காணப்பட்டான். அங்கு நித்யா 1 வாரம் தங்க வேண்டி வந்தது.

படித்து முடித்து விட்டு நிமிர்ந்தேன். அந்த ஒரு வாரத்தில் நித்யாவுக்கு காதல் மலரப்போகிறது, காதலித்தவனையே நித்யா போராடி திருமணம் செய்து கொள்ளப்போகிறாள். ஆனால், இடையில் நவபாஷாணம் நித்யாவுடன் நித்யாவின் கற்புக்கு களங்கம் வராமல் செக்ஸ் வைத்துக்கொள்ளப்போகிறான். இனிமேல்தான் எழுத வேண்டும் என்றார் இந்த கதையை இதுவரை எழுதியவர்.

'கற்புக்கு களங்கம் வராமல் செக்ஸா ? நல்ல நூதனமான யோசனையாக இருக்கிறதே. எப்படி அது? சீக்கிரம் சொல்லுங்கள், எனக்கே அடிக்கடி பயன்படும், ப்ளீஸ்' என்றேன் ஆர்வமாக.

இந்த கதை எங்கள் கல்லூரி வாழ்க்கையில் நடந்த உண்மைக்கதை. அந்த மருத்துவமனையில் இருக்கும்போது எங்கள் குழுவில் இருக்கும் ராம்மோகன் என்பவன் நித்யாவை நன்கு கவனித்துக்கொண்டான். அதன் காரணமாக எங்கள் குழுவின் விதியையும் மீறி நித்யா ரகசியமாக காதல் வயப்பட்டாள்.

ராம்மோகனும் மறைத்து விட்டான். கல்லூரி முடிந்து இப்போது அனைவரும் நல்ல நிலைமையில் இருக்கிறோம். சென்ற முறை அனைவரும் சந்தித்தபோதுதான் காதல் உருவானதையும் , திருமணம் செய்துகொள்ளப்போவதாகவும் எங்களிடம் சொன்னார்கள் என்றார். சொல்லி விட்டு ஒரு குரூப் ஃபோட்டோவை எடுத்துக் காட்டினார்.

நான் பார்த்துக்கொண்டு இருக்கையில், 'இதில் நீங்களே நித்யா யார் என கண்டு பிடித்து விடுவீர்கள்' என்று கூறி சிரித்தார்.

ஆம், கண்டு பிடித்து விட்டேன். தேவதையும் அரக்கியும் சரிசமமாக கலந்து எடுத்தது போலவும் , பெண்மை உச்சத்திலும் அதே சமய்ம் தேவையான இடங்களில் கொஞ்சமாக ஆண் தன்மையும் கலந்து அசரடிக்கும் சிரிப்போடு சுண்டி இழுத்தாள் நித்யா. எனக்கு உடலில் இருந்த எனர்ஜி மொத்தத்தையும் பெரிய சிரிஞ்ச் வைத்து ஒரு செகண்டில் உறிஞ்சி எடுத்தது போல வெலவெல என்று ஆகியது.

அதெல்லாம் சரி, உண்மைக் கதை என்கிறீர்கள். கற்பு கெடாமல் நவபாஷாணம் செக்ஸ் வைத்துக்கொள்ளப்போகிறான் என்றீர்களே என்று இழுத்தேன்.

உண்மைக்கதைதான், உண்மையில் எங்கள் கேங்கில் நாங்கள் 13 பேர்தான், நவபாஷாணம் என்ற கேரக்டரே கிடையாது. கற்பனையைக் கலக்காவிட்டால் உண்மைக்கதை என்றாலும் சுவாரசியமாக இருக்காது அல்லவா? என்று கூறிவிட்டு,

நவபாஷாணத்தை கற்பனையாகச் சேர்த்தாலும், அவன் எங்கேயும் கதையின் போக்கை மாற்ற மாட்டான், இந்தக் கதையை மீண்டும் இப்போது படித்துப்பாருங்கள் என்றார் (நீங்களும் படித்துப்பாருங்கள்). அவரே மீண்டும், அந்த கற்பனை நவபாஷாணம் நித்யாவுடன் செக்ஸ் வைத்துக்கொண்டால் நித்யாவின் கற்பு கெடாதல்லவா என்று கூறி சிரித்தார். 'இந்த வாரம் எங்க கேங்க் திரும்ப மீட் பண்றோம்' என்றார்.

நித்யாவின் போட்டோவையே உற்றுப்பார்த்துக்கொண்டிருந்த நான் சடக்கென நிமிர்ந்து, 'செம எழுத்து சார், கற்பனை கதாபாத்திரம் நவபாஷாணத்துக்கே உயிர் கொடுத்துட்டீங்க, நவபாஷாணத்துக்கு உயிர் வந்துடிச்சு' என்றேன் அவரை குறும்பாகப் பார்த்துக்கொண்டே !

காதல் சதுரங்கம்

பேர் ஊரா முக்கியம்? கதைதானே முக்கியம். அவன் விமானத்தில் வந்துகொண்டு இருந்தான்.

அவள் கடும் உழைப்பாளி. இந்த வாக்கியம் இதுவரை தமிழ் இலக்கியத்திலோ, பல்ப் ஃபிக்ஷனிலோ அல்லது செக்ஸ் கதைகளிலோ கூட வந்திருக்காது.

அவளுக்கு முதல் நாள் பகல் ஷிஃப்ட். இவனுடன் விடுமுறையைக் கொண்டாட வேண்டும் என்பதால் இரவு ஷிஃப்டையும் தொடர்ந்தாள். மறுநாளும் அரைநாள் வேலை பார்த்தாள்.

வேலையை முடித்துவிட்டு இவனைப் பார்க்க விமான நிலையத்திற்கு 6 மணி நேரம் காரை ஓட்டிக்கொண்டு வர வேண்டும். அங்கேயிருந்து ஒரு சொர்க்கத்தீவிற்கு இருவரும் செல்ல வேண்டும்.

இவனுக்கு உள்ளுணர்வு ஜாஸ்தி, மனதாலும் உடலாலும்.

இவ்வளவு நேரம் தொடர்ந்து வேலை பார்த்து கார் ஓட்டி வந்தால் விபத்து நடக்க வாய்ப்புள்ளது என்பது உள்ளுணர்வு இல்லாதவர்க்கே சுலபமாக புரியும் அல்லவா? உள்ளுணர்வு வேறு இவனுக்கு அதிகமாக புடுங்கிக்கொண்டு அடிக்க, 'மை டியர், உனக்கு டயர்டா இருக்கும் , வழியில நிறுத்தி டீ சாப்பிடு'

என்ற அரிய அன்பான காதலான அறிவுரையைக் கொடுத்தான். அவள் டீ சாப்பிட மாட்டாள் என்பதும் ஐயாவுக்குத் தெரியும்.

உள்ளுணர்வு சரியாகத்தான் சொன்னது, விபத்து நடக்கும் என்று. டாக்ஸி பிடித்து வரச்சொல்லியிருக்க வேண்டும். சொன்னாலும் கேட்க மாட்டாள் என்பதும் தெரியும். சொல்லவும் இல்லை. கடுமையாக சொல்லியிருக்கலாம், மிரட்டியிருக்கலாம். இல்லை.

ப்ரோக்ராமையே தள்ளிப்போட்டு இருக்கலாம். கேட்க மாட்டாள்தான்.

இவை அனைத்தும் தெரிந்தும் புரிந்தும், நமக்கு எதுக்கு வீண் ரெஸ்பான்ஸிபிளிட்டி, அவ எப்படியாவது வந்துடுவா… என சுயநல அலட்சியத்தோடு கண்டுகொள்ளாமல் இருந்திருப்பான் போல.

இவனது விமானம் தரை இறங்கியது. போன் செய்தால் எடுக்க மாட்டாள் என உள்ளுணர்வு சொல்லச் சொல்ல போன் செய்தான். எடுக்கவில்லை.

1… 2… 3 முறை முயற்சி செய்து கொண்டேயிருந்தான்.

ஐந்தாவது முறை எடுத்து விட்டாள். நான்காவது முறை? இவன் நான்காவது முறை போன் செய்யவில்லை.

‘டிபேச்சரில் இருக்கேன் சீக்கிரம் வா’ என்றாள். ஓடினான். கொஞ்சினார்கள், குலவினார்கள். தீவுக்குச் சென்றார்கள். காதலால் கசிந்துருகினார்கள்.

விடுமுறை முடிவுக்கு வரும் நாளன்று சொன்னாள். ‘சாரி, உன் ஹாலிடேவை கெடுக்க வேணாம்னுதான் இவ்ளோ நேரம் சொல்லலை, இப்ப சொல்றேன், ஆனா, இதைப்பத்தி இனிமே பேசக்கூடாது, பிராமிஸ்’ என்றாள்.

‘பிராமிஸ்’ என்றான்.

‘நான் உன்னைப் பாக்க வந்த போது என் கார் ஆக்ஸிடெண்ட் ஆயிடிச்சி’ என்று கூறியபடியே, அந்த போட்டோவைக் காட்டினாள்.

கார் சுக்கு நூறாக உடைந்து கிடக்க, ரத்த வெள்ளத்தில் பிணமாக அவள்.

உறைந்து விட்டான். அப்ப இவ்ளோ நேரம் பொய் சொல்லி நடிச்சிட்டு இருந்தியா என கேட்டபடி கேவிக் கேவிப் பார்த்தான், அழுகை வரவில்லை. இருவரும் கட்டிக்கொண்டனர்.

இவன் வந்த விமானம் விபத்துக்குள்ளானது பற்றி இவன் ஏதும் கடைசி வரை சொல்லவில்லை.

இன்றுவரை, தற்கொலை செய்து கொண்டதாக சொன்ன பொய்யை மெயிண்டெயின் செய்து கொண்டு காதலித்துக்கொண்டு இருக்கிறான் அவளை.

நாவலா சிறுகதையா?

இரண்டு பேர் ஆன்லைன் மூலம் பல நாள் காதலித்து, நேரில் சந்தித்து உண்மையாகவே காதலித்து... அந்த உண்மையாகவே காதலித்ததை நாவல் 12 அத்தியாயங்களுக்கு பேசும். ம்ம்ம்ம்...ஆன்லைன் மூலம் காதலித்ததை நான் லீனியர் முறையில், உண்மையில் காதலிப்பதை விவரிக்கும் 12 அத்தியாயங்களுக்கு நடுவில் நாவல் பேசும்.

அந்த 12 அத்தியாயமும் காதலால் நிரம்பி வழியும்.

நீங்கள் கவலைப்பட வேண்டாம். அது உண்மையான காதலா, டுபாக்கூர் உடல் வேட்கையா என்று 1 . 1 டைப்போ எர்ரர்தான். ஷிஃப்ட் கீ அவ்வப்போது ஒழுங்காக அமுங்காததால் வரும் வினை.

அது என்ன எல்லோருக்கும் இந்த சந்தேகம்? உடல்பசியா, காமமா? உண்மையான காதலா என்று? இதை எல்லாம் ஏன் பிரித்துப் பார்க்கிறார்கள் என்றே தெரியவில்லை. உடல்பசி, காமம், வெறி, அன்பு, பாசம், அழுகை, ஏக்கம், உரிமை என அனைத்தும் நிறைந்ததுதான் காதல் என காதல் தோன்றி இத்தனை ஆயிரம் ஆண்டுகள் ஆகியுமா யாருக்கும் தெரியவில்லை?

யாரும் இதுவரை உண்மையாக காதலிக்கவில்லை அல்லது

உண்மையாக புணரவும் இல்லை என்ற முடிவுக்குத்தான் வர வேண்டியுள்ளது.

சாரி, மேற்கண்ட பத்தி நாவலிலும் இல்லை, சிறுகதையிலும் இருக்காது. அதை மறந்துவிடுங்கள். இப்போது ஃப்ரீ ஆகி விட்டீர்களா?

ரெண்டாவது பத்தியின் முதல் வரியை திரும்பவும் படியுங்கள். அதற்குள் மறந்து இருப்பீர்கள். நீங்கள் எல்லாம் எங்கே நாவல் படித்து?

அது உண்மையான காதல்தான் என அனைவரும், அதாவது படிக்கும் அனைவரும் ஒத்துக்கொள்ளும் வண்ணம் செமையாக எழுதப்பட்டு இருக்கும். ஓகேவா ?

இப்ப என்ன மேட்டர்னா...

நாவலின் 16 வது அத்தியாயத்தைப் பற்றிச் சொல்வதற்கு முன்னால்....

ஹீரோ இந்தியா... ஹீரோயின்... கடும் மதச்சடங்குகளை பின் பற்றும் ஒரு நாட்டில் வாழ்பவள். என்னாது எந்த மதச்சடங்கா? அது நாவலில் கவனமாக தவிர்க்கப்பட்டு இருக்கும். இங்கே அதை விட கவனமாக தவிர்த்தாகி விட்டது.

இப்போது 16வது அத்தியாயத்துக்குப் போகலாம்.

16 அத்தியாயத்திலும் பெரிதாக ஒன்றும் இல்லை. அவன் ஏர்போர்ட்டில் போய் இறங்கியது, தட்டுத்தடுமாறி அவள் இருக்கும் ஊருக்கு வந்து, பிரயத்தனப்பட்டு, லாட்ஜில் அறை போட்டது, அவ்ளோதான். ம்... பாஸ்போர்ட் போட்டோகாப்பி கொடுத்தான்.

17ம் அத்தியாயம்தான் முக்கியம். அதாவது, இருவரும் காதலால் கசிந்துருகி, ஒருடல் ஒருயிர் ஆனது. அதை கொஞ்சம் காமம் தூக்கலாக எழுதி இருப்பதால் அது முக்கியமாகிறது. வேறு ஒன்றும் இல்லை.

இந்த 17ம் அத்தியாயத்தை பார்ப்பதற்கு முன்னால், 18 மற்றும் 19ம் அத்தியாயத்தை பார்த்து விடலாம்.

போலீஸ், வக்கீல், எம்பஸி, சாக்கு, கயறு, கத்தி, கார், ஐஎஸ்டீ போன்ற மேட்டர்கள் நிறைந்தது. சுவாரசியத்துக்குப் பஞ்சம் இல்லை. ஆனால் இன்னும் எழுதவே ஆரம்பிக்கவில்லை. எப்படி வேண்டுமானாலும் எழுதிக்கொள்ளலாம். மேட்டர் இதுதான்.

திரும்ப 17ம் அத்தியாயத்தை பார்த்து விடுவோம்.

முழுக்க எல்லாம் பார்க்க முடியாது. அடக்கி வைத்திருந்த காதல் பொங்க, ஒருவரை ஒருவர் அள்ளி கடித்துத் தின்ன... என ஆரம்பிக்கும் பத்தியில் இருந்து 12 பத்தி தாண்டிப் போனால்,போவதற்கு முன்னால் ஒரு டேட்டா : நாவலில் நாவலாசிரியர் சொல்லும் டேட்டாவை நீங்கள் நம்பித்தான் ஆக வேண்டும். இது ஒரு பேசிக்கான விதி. ஹீரோயின் விர்ஜின். போனால் ,'ஃபக் மீ வைல்ட் டார்லிங்' என்பதை அந்த தேசத்து மொழியில் சொல்லிக்கொண்டு இருந்தாள். அவனுக்கு அந்த மொழி புரிந்தது.

வைல்டாக மாறினான். அவளும் வைல்டாக மாறினாள். அறையே வைல்டாக மாறியது. கட்டில் வைல்டாக மாறி ஆட்டம் போட்டது. தண்ணீர் பாட்டில்கள் துள்ளாட்டம் போட்டன. மொபைல் போனுக்கு போட்டிருந்த சார்ஜ் வேகமாக ஏறியது. இரண்டு புறமும் தெறித்து விழுந்த தலையணைகள் பெட்டின் மேலே வர துள்ளிக்குதித்தன. ஏசி வெப்பமும் இல்லாமல் குளிரும் இல்லாத வித்தியாசமான காற்றை வீசியது. நிலைக்கண்ணாடி உடைகளைந்து அம்மணமாக நின்றது. இருவரும் கத்திய கத்தலை உள்வாங்கிக்கொண்டு திரைச்சீலை சுருண்டு சேமித்தது.

மேற்கண்ட பத்தியில் முதல் வரி மட்டுமே நாவலில் இருக்கும். அதற்குப் பிறகான வரிகளை எல்லாம் எழுதும் அளவுக்கு நாவலாசிரியர் அவ்வளவு விவரமான ஆள் இல்லை. சும்மா கஷ்டப்பட்டு படிக்கும் உங்களுக்காக ஒரு சிறு கிஸ்மிஸ்.

போன பத்தியின் ஒரிஜினல் நாவலின் அடுத்த வரி ...

அவளின் தலை பழம்பெரும் தேக்கு கட்டிலின் ரசமான பூப்போன்ற ஒரு டிசைனில் இருக்கும் மொக்கில் வேக வேகமாக இடித்தது. பூ டிசைன் என்றாலும் மரம் மரம்தானே!

அதனால் எல்லாம் ஒன்றும் ஆகவில்லை என்பது போஸ்ட் மார்ட்டம் ரிப்போர்ட்.

போஸ்ட் மார்ட்டம் ரிப்போர்ட் நாவலில் வராது.

புணர்ந்து முடித்து 44 கிஸ் அடித்த பின்புதான் அவள் இறந்ததே அவனுக்கு தெரிந்தது.

அத்தியாயம் 18

தூக்கம்

அடி வாங்கியபின், குழந்தை தூங்கிக்கொண்டு இருக்கிறது. அடித்த வலி, அடித்தவரை சாகடித்துக்கொண்டு இருக்கிறது. அந்த வலிக்கு நிவாரணமாக தூங்கும் குழந்தையை முத்தமிடுகிறார் அடித்தவர். தூங்கும் குழந்தை தூக்கத்தில் எட்டி உதைக்காதா என குழந்தையின் தேங்காய் பத்தை போன்ற உள்ளங்காலை பார்த்தபடி கால்களுக்கு அடியில் தவமிருக்கிறார்.

குழந்தை தூக்கத்தில் புரண்டு அடித்தவரை கட்டிக்கொண்டு, சாகடித்து, இன்னொரு ஜென்மம் எடுக்க வைக்கிறது.

புத்தர்

பல்லாயிரக்கணக்கான வருடங்களுக்கு முன்பு துன்பமே இல்லாமலும் ஆசையேபடாமலும் வாழ்ந்து கொண்டிருந்தனர். அப்போது முதலாம் புத்தர் தோன்றி, ஆசையே துன்பத்திற்கு காரணம் என்றார். யாரும் கண்டுகொள்ளவில்லை. முதலாம் புத்தர் கடுப்பாகி விட்டார்.

ஒருசிலர் மட்டும் ஆசை என்றால் என்ன துன்பம் என்றால் என்ன என கேட்டனர். ஆசுவாசமான புத்தர் விளக்கமளித்தார். லேசான திருப்தியுடன் வாழ்நாளை முடித்துக்கொண்டு மறைந்தார்.

சில்லாயிரக்கணக்கான வருடங்களுக்குப்பின் சித்தார்த்தர் என்ற பெயரில் ஒரு புத்தர் பிறந்தார்.

டிவோர்ஸ்

காலைத் தூக்கிப்போட பொண்டாட்டி இல்லை. காலையில் மார்பின் மீது விழுந்து கண்ணை வலுக்கட்டாயமாக திறந்து விட குழந்தை இல்லை. ஒரு இயக்கத்தில் இருக்கும், வீட்டில் எழுந்திருக்கும் எனர்ஜி இல்லை.

சனி ஞாயிறுகளில் குழந்தை அட்டவணையில் சிரிக்கிறது.

தொலைத்த தாம்பத்தியத்தை தேடுகையில் இருளில், ஈகோ காதலை வெட்டி சாய்க்கிறது. காமம் தற்கொலை செய்து கொண்டு உயிரோடு திரிகிறது.

எப்போதும் போலவே அவளிடம் சொல்லாத லவ் யூவை, இப்போது எனக்கே தெரியாதது போல கொஞ்சம் உரக்கச்சொல்லி பழக்கப்படுத்திக்கொள்கிறேன்.

உதவும்.

காலிங் பெல்

நைட் ஷிஃப்ட் முடிந்து அரைத்தூக்கத்தில் வேனில் வந்து இறங்குகையில் தன் ஜாயிண்ட்களில் எல்லாம் அழுக்கை உணர்ந்தாள் நித்யா. முடியை ஸ்டைலாக கோதிவிட்டபடி, முகத்திலும் தோன்றப்பார்த்த அழுக்கை மறைத்தாள். தூக்கம் இமைகளை இழுக்க, கருமணி மேலே சொருக தன் ஃப்ளாட்டை நோக்கி நடந்தாள். குளித்து விட்டுப்படுக்கலாம் என்ற நினைப்பை மாற்றி ஃப்ரிட்ஜைத்திறந்து கலந்து கட்டி அடித்து கதவைச் சாத்தி படுக்கையில் கவிழ்ந்தாள்.

காலிங்பெல் அடித்தது.

எழுந்து போய் கதவைத்திறந்தாள். வீட்டினுள் வந்தாள். கதவைச் சாத்தினாள். சோஃபாவில் படுத்து தூக்கத்தை தொடர்ந்தாள்.

காலிங் பெல் அடித்தது.

வணிகம்

வணிகம் எப்போதும் பணம் சார்ந்ததுதான். பணம் எப்போதும் வணிகம் சார்ந்ததுதான். இப்படித் திரும்பத்திரும்ப ஒரே விஷயத்தை எழுதினால் அதற்கு ஒரு இலக்கிய முலாம் அல்லது சீரியசான கட்டுரை முலாம் பூசப்படுகிறது.

வணிக எழுத்து என்பது வணிகத்திற்கானது. அதனாலும் வணிகத்தை மேம்படுத்த முடியவில்லை. வணிகமும் மேம்படவில்லை, எழுத்தும் மேம்படவில்லை.

இலக்கியம் என்பது வாழ்வை மேம்படுத்துவது. மொழியை மேம்படுத்துவது, வாழ்வையும் மொழியையும் அடுத்தக் கட்டத்துக்கு கொண்டு செல்வது. இது, வணிக எழுத்துக்கும் இலக்கிய எழுத்துக்குமான வித்தியாசத்தை தூக்கு போட்டுக்கொள்வதற்கு சற்று முன் குளாபியா எழுதிய கடிதத்தின் சில வரிகள்.

குளாபியா தூக்குப்போட்டுக்கொள்ள சோம்பேறிப்பட்டு, ஒரு அரசியல் கட்சியின் பிரச்சாரகராகி சூத்தை சொறிந்து கொண்டே கடைசி வரை கத்திக்கொண்டு இருந்தான்.

ஆரஞ்சு ஜூஸ்

கோல்ஃபீப் கிரவுண்டில் ஆரஞ்சுப்பழம் உரித்து ஜூஸ் போட்டுக்கொண்டு இருக்கையில், ஒருவன் கேஷுவலாக நடந்துவந்து ஜூஸ் போட்டுக்கொண்டிருந்தவனின் கழுத்தில் பட்டாக்கத்தியால் வெட்டினான்.

துடிதுடிக்கவெல்லாம் நேரம் இல்லாமல் பன்க்சுவாலிட்டியாக உடனே செத்தான்.

வெட்டி முடித்தவன் பக்கத்தில் இருந்த ஜூஸ் குடிக்க வேண்டிய குழந்தையை அப்போதுதான் பார்த்தான்.

குழந்தை சிரித்துக்கொண்டு இருந்தான். ஆக்சுவலாக குழந்தை, இவன் நடந்து வருவதிலிருந்து தொடர்ந்து சிரித்துக்கொண்டிருந்தது இவனுக்குத் தெரியாது.

குழந்தை தொடர்ந்து இவனைப்பார்த்து சிரித்துக்கொண்டு இருந்தான். கை கால்களை உற்சாகமாக ஆட்டினான்.

வெட்டியவன், தொண்டை வறள ஆரஞ்சு ஜூஸை எடுத்துக் குடித்தான்.

பேச முடியும்!

மரங்களுடன் பேச முடியும், செடிகளுடன் பேசமுடியும், பூக்களுடன் பேசமுடியும் சாரு நிவேதிதா.

ஆடுகள் என்னிடம் பேசுகின்றன, நான் ஆடுகளிடம் பேசுகிறேன் பவ்லோ கொய்லா.

நட்சத்திரங்களுடன் பேசிக்கொண்டு இருந்தேன், நிலவிடம் உரையாடினேன் கவிஞர்கள்.

பூனைக்குட்டி என்னிடம் அந்தரங்கமாக பேசும் நகுலன்.

சூதாட்ட டைஸ்கள் என்னிடம் பேசும் தாஸ்தவஸ்கி.

கிபி 3001

நம்புங்கள் மனைவிகளிடம் நாம் பேசமுடியும் ஜூஜூஜூனியர் அராத்து.

மாட்டிக்கிட்டேன்

'மச்சி என் பொண்டாட்டிகிட்ட மாட்டிக்கிட்டேன்.'

'சரக்காடா?'

'இல்ல மச்சி, லவ் மேட்டர்.'

'அந்த பொண்ணு கூட செக்ஸா?'

'இல்ல மச்சி.'

'முத்தம் குடுத்து மாட்டிகிட்டியா?'

'இல்ல மச்சி.'

'சரி நீ லவ் பண்ற பொண்ணை தொட்டிருக்கியா?'

'இல்லடா!'

'நீ லவ் பண்ற பொண்ணுக்கு, நீ லவ் பண்ற மேட்டராவது தெரியுமா?'

'தெரியாது மச்சி, சும்மா ஒரு அண்டர்ஸ்டேண்டிங்.'

'சரி, பொண்டாட்டிகிட்ட சமாளிச்சுட்டியா?'

'இல்ல மச்சி, வசமா மாடிக்கிட்டேன்!'

மெயில்

'ஹலோ'

'ஹலோ சார்'

'மெயில் அனுப்பிட்டியா'

'அனுப்பிட்டேன் சார்'

'போன் பண்ணி சொல்லிடு.'

'ஹலோ'

'ஹலோ'

'மெயில் அனுப்பியிருக்கேன்'

'ஓகே'

'ஹலோ சார்'

'ம், சொல்லு'

'போன் பண்ணி சொல்லிட்டேன் சார்'

'வந்துடிச்சாமா?'

‘அதை கேக்கல சார்’

‘கேட்டுட்டு கூப்பிடு’

‘ஹலோ’

‘ஹலோ’

‘மெயில் வந்துருச்சா’

‘ம் வந்துருச்சுங்க’

‘ஓகே’

‘ஹலோ சார்’

‘ஹலோ’

‘மெயில் வந்துடிச்சாம் சார்.’

‘சரி, இப்ப போய் அதை பிரிண்ட் அவுட் எடுத்து எனக்கு குரியரில் அனுப்பு. மெயில் வேலை செய்யுதுன்னு சர்வீஸ் ஆளுங்களுக்கு ஒரு மெயில் அனுப்பிடு.’

ஒரு கதை

ஒரு பஸ் மலைப்பாதையில் தடம் புரண்டு பள்ளத்தாக்கில் பாய்கிறது. உள்ளே 36 பயணிகள் பயணித்துக்கொண்டு இருக்கின்றனர். அவர்களிடம் மொத்தம் மூன்று லட்சத்து 43 ஆயிரம் ரூபாய் பணம் இருக்கிறது.

பஸ் தலைக்குப்புற விழுந்து இரண்டு மரங்களுக்கு இடையில் நிலை பெறுகிறது.

ஓட்டுநர் கண்ணாடி பொத்துக்கொண்டு வெளியே போய் விழுந்து பாறையில் அடிபட்டதால் செத்து ஒழிந்தார்.

தலைக்குப்புற விழுந்ததால் டயர்கள் அழகாக சுற்றிக்கொண்டு இருந்தன.

பயணிகள் விசித்திரமாக செத்தது, போஸ்ட் மார்ட்டம் ரிப்போர்ட்டில் கூட சுவாரசியமாக வராது.

வழி தவறுதலாக வந்த ஒரு புலி, உயிரோடு இருந்த ஒரு பிணத்தை இழுத்துச் சென்றது...

விமானம் போல போர்டிங் பாஸ் இல்லாததால், கணக்கில் வராத பிணமானது கணக்கில் வராத புலி இழுத்துச் சென்ற பிணம்.

உயிர் பிழைத்த சிலர், 'ஆக்சிடெண்ட் ஆயி கெடக்கறோம், சாப்பாடே அரசாங்கம் ஏற்பாடு செய்யலை' என ரத்தம் ஒழுக தனியார் தொலைக்காட்சிக்கு பேட்டி கொடுத்துக்கொண்டிருந்தனர்.

கிரேன் அங்கு வருவது, ஆம்புலன்ஸ் வருவது மற்றும் அரசாங்க நடைமுறைச்சிக்கல்கள் எல்லாம் முடிந்து அந்த பேருந்து இருந்த இடம் தெரியாமல் மறைய நினைத்துப்பார்த்தாலே ரொம்ப டயர்ட் ஆகிறது . அது மட்டுமல்லாமல், ட்விஸ்டுடன் கூடிய க்ளைமேக்சும் தேறாததால், இது டெலிட் செய்யப்பட்ட சயனைட் குறுங்கதைகளில் ஒன்றாகிறது.

தூக்கம்

தூக்கத்தில் மூச்சு முட்டுவது போல இருந்தது. கையால் மூக்கை விரித்துப் பார்த்தான். இதயத்தை கையால் அமுக்கிப் பார்த்தான், ஒலியெழுப்பி சம்பந்தம் இல்லாத பெயரை அழைத்துப் பார்த்தான். மிக மெல்லியதாக ஒலி கிளம்பியது போல இருந்தது. சம்பந்தம் இல்லாத பெயரை அழைத்தது மூளைக்கு உறைத்ததும்தான், கனவு என்று சற்றே ஆசுவாசம் அடைந்தான்.

சரி, நிஜமாகவே எழுந்து விடலாம் என எழப்பார்த்தான், முடியவில்லை. திரும்பவும் அதே ! மூச்சு முட்டுவது போலவே இருந்தது, ஒலி எழும்பவேயில்லை. கண்ணைத் திறக்க முயன்றான்.

வாயைத் திறந்து காற்றை வெளியேற்றவோ, உள்ளே இழுக்கவோ பிரயத்தனப்பட்டான். ஒன்றும் முடியவில்லை. தூக்கம் கலைந்தால் எல்லாம் சரியாகிவிடும் என சமாதானப்படுத்திக்கொண்டாலும், பயம் அதிகரிக்க ஆரம்பித்தது. எப்படி தூக்கத்தில் இருந்து கொண்டே தூக்கத்தை கலையவைப்பது? தூக்கம்தானா? அல்லது நிஜமாகவே மூச்சு விட முடியவில்லையா? குழம்பினான்.

ஆனால், எப்படி இதையெல்லாம் சிந்திக்க முடிகிறது என அவனால் சிந்திக்க இயலவில்லை.

ஒரு செகண்ட் சடக்கென கையை காலை உதறிக்கொண்டு எழுந்து விட்டால், எல்லாம் ஓவர். மனைவியை கட்டிப்பிடிக்கலாம், குழந்தையை முத்தமிடலாம், ஃபேஸ்புக்கில் லைக்ஸ் எண்ணலாம், சினிமாவுக்குப் போகலாம், தண்ணி அடிக்கலாம் என மனம் ஏக்க குதூகலமிட்டது.

மனைவி அழுது புரண்டு, அவனை பாடையில் வாரிப்போய் கொளுத்தி, மனைவி மறு கல்யாணம் செய்து, அவனையும் டிவோர்ஸ் செய்து, புள்ளைங்களை கட்டிக்குடுத்து, அவளும் போய்ச் சேர்ந்து விட்டாள்.

கண் இமையை பிய்த்துப்பார்க்கத் தலைப்பட்டான், கண் இமை கையில் மாட்டவில்லை. தன் வாய்க்குள் கையை விட்டு நாக்கை இழுத்துப்பார்த்தால் ஏதாவது நடக்குமா என கையை விட்டு துழாவிப்பார்த்தான், ம்ஹூம்!

கண் இமையை பிய்த்துப் பார்க்கத் தலைப்பட்டாள்...

சிவன்

ஸ்வாமி, எது தர்மம் எது நியாயம் என்று சிவனிடம் கேட்டார் ரஸிஷ்டாமித்திரர்.

நம்மளை என்ன டைம் பாஸ் கிருஷ்ணன்னு நினைச்சிக்கிட்டா னுன்னு கடுப்புடன் நெற்றிக்கண்ணை திறந்து பார்த்து ஆளில்லாமல் இருப்பதை அறிந்து திடுக்கிட்டார் சிவன்.

கேள்வி கேட்டவர் தலைக்கு பின்னால் நின்று கொண்டிருப்பதை கங்காதேவி சிவனின் காதில் ஊற்றினாள்.

கேள்வி கேட்கும் போது நியாயமா மூஞ்சிக்கு முன்னாடி நின்னு கேக்கணும், அதான் நியாயம். முன்னால வா என்றார் சிவன்.

தயக்கத்துடன் முன்னால் வந்து நின்ற ரஸிஷ்டாமித்திரர் பஸ்பமானார்.

தர்மம் வென்றது !

மென்கொலை

அவளைக் கொலை செய்ய வேண்டும் என்ற வெறி அவனுக்கு உச்சத்தில் இருந்தது. அவள் நிருக்ஷா, அவன் கமரன்.

கமரன், காரை அவள் இருக்கும் கேட்டட் கம்யூனிட்டி கார் பார்க்கிங்கில் விட்டான்.

சிசிடிவி கேமராவில் பதிவானது.

நடந்து சென்று செக்யூரிட்டி செக் முடித்துக்கொண்டு லிஃப்டில் ஏறினான். பதிவானது.

காலிங் பெல்லை அழுத்தினான்.

அழுத்திக்கொண்டே இருந்தான்.

ரொம்ப நேரத்திற்குப் பிறகு திறந்தாள்.

உள்ளே நுழைந்தான்.

வீட்டினுள் இருக்கும் சிசிடீவி கேமராவில் பதிவானான்.

சோஃபாவில் அமர்ந்தான்.

எதுவும் பேசவில்லை. கையைப் பிசைந்து கொண்டு நின்று கொண்டிருந்தாள். டெம்ப்ளேட்தான் எனினும் அதையே செய்து கொண்டு இருந்தாள்.

வெளியேறினான்.

தற்கொலை செய்து கொண்டாள்.

அப்பா

சின்ன வயதில் அப்பா செத்துப்போனதால், இரவில் மட்டும் வரும் இன்னொருவரை அப்பாவாக ஏற்றுக்கொள்ள கஷ்டமாகத்தான் இருந்தது அந்தச் சிறுவனுக்கு. என்னதான் அப்பாவைக் காட்டிலும் பழம் பிஸ்கெட் எல்லாம் வாங்கிக்கொடுத்தாலும், உடனே தின்று விட்டு தூங்க வேண்டும் என்பதில் குறியாக இருந்ததால் அவனுக்குப் பிடிக்கவில்லை.

விடிகாலையில் அம்மா முகம் மலர்ந்து கொடுக்கும் முத்தமும் வித்தியாசமாகவும் அசூயையாகவும் இருந்தது.

வலிமை

திருடர்கள் வீடு புகுந்து மிரட்டி திருடுவதை, சிசிடீவி கேமராவில் பதிவாகியிருந்ததை, யூடியூப் மூலம் பார்த்துக்கொண்டிருந்த மிருணாளினி பயத்துடன் ஆரீஷை நோக்கினாள்.

'திருட்டுப் போறதை விட, திருடன் நம்ம எதிர்லயே திருடறதை நினைச்சா பயமா இருக்குங்க' என்றாள்.

'நம்ம வீட்டுக்குள்ள திருடன் வந்துட்டா நமக்கு பயம் வருதே, அடுத்த வீட்டுக்குள்ள நுழைஞ்ச அவனுக்கு எவ்ளோ பயம் இருக்கும்' என்றான் ஆரீஷ் சீரியஸாக .

'அவனுங்களைப் பார்த்தா பயந்த மாதிரி தெரியலையே'

'அதான் திருடனின் ஸ்ட்ரென்த். அதான் அவன் ஆட்டிட்யூட். பயத்தை காட்டிக்க மாட்டான்'

இரண்டு திருடர்கள் வீட்டுக்கு உள்ளே நுழைந்து தகுந்த தருணத்திற்காக காத்திருந்தனர்.

'அப்படியே திருட்டுப்பசங்க உள்ள வந்துட்டாலும், திருடறதை கண்டும் காணாம விட்டுடணும். தூங்கறது போல நடிக்கணும். நாம முழிச்சிட்டு இருந்தா, கேக்கற பொருளை எடுத்துக் குடுத்துடணும். வெட்டியா முரண்டு பிடிச்சாக, கொலை

பண்ணிடுவானுங்க. உயிர் போனா வராது இல்லையா? பணம் எப்ப வேணா சம்பாதிச்சிக்கலாம்' என்றான்.

'நீங்க என்னதான் சொன்னாலும் திருடனுங்க நம்ம வீட்டுக்குள் நுழைவதை நினைச்சிப்பாத்தாலே பயமா இருக்குங்க' என்றாள்.

இதைக்கேட்டுக்கொண்டிருந்த திரு நம்பர் 1, புன்முறுவலோடே, கிசுகிசுப்பாக, 'வெயிட் பண்ண வேணாம்டா மாப்ள, வேலை சுலபமா முடிஞ்சிடும் போல இருக்கு. இந்த யூ டியூப் நம்மளை காட்டி, பயம் காட்டி வச்சிருக்கு, வா போகலாம்' என்றான்.

முகத்தை மூடியபடி, கேஷுவலாக அறைக்குள் நுழைந்த திரு நம்பர் 1 , 'கத்தாதீங்க, பீரோ சாவி குடுங்க. வெட்டியா கத்தினா உயிருக்கு உத்திரவாதமில்லை' என்றான்.

மூடி வைத்திருந்த பழைய லேப்டாப்பை எடுத்து, கண்ணிமைக்கும் நேரத்துக்குள் திரு நம்பர் 1ன் மண்டைக்குள் கார்னரை இறக்கினாள். ரத்தம் வழிய சரிந்தான் திரு நம்பர் 1.

பதட்டமான திரு நம்பர் 2, சடுதியில் ஆரீஷை கத்தியால் குத்தினான். அதே லேப்டாப்பை திரு 2 முகத்தை நோக்கி விட்டெறிந்தாள் மிரு. நெற்றிப்பொட்டில் பட்டு திரு 2 துடித்துக்கொண்டு இருக்க, ஆடிக்கொண்டு இருந்த சைனீஸ் வாட்ரோபில் இருந்து ஒரு பலகையை பிடுங்கி, அவன் மண்டையில் இறக்கினாள்.

'அய்யோ... அவனுங்களை நினைச்சாலே பயமா இருக்கு சார். இப்ப கூட கை காலெல்லாம் நடுங்குது' என விசாரணை அதிகாரியிடம் கூறிக்கொண்டு இருந்தாள் மிரு.

வயிற்றில் கட்டுடன் இன்னதென தெரியாத முக பாவனையுடன் அவளை பார்த்துக்கொண்டு இருந்தான் ஆரீஷ்.

முதலிரவு

வேகத்தை அதிகரித்து, சிலிர்த்தடங்கி அவள் மீது சரிந்தான். காது மடல்களில் முத்தமிட்டு மிச்சமிருந்த மல்லிகையின் வாசத்தை நுகர்ந்து சிரித்தழுதான். பிரண்டுருண்டு நைட் லேம்பை போட்டான்.

பேப்பர் நாப்கினை கையில் எடுத்துக்கொண்டு, அம்மணமாக இருக்கையிலும் மேன்லியாக, கம்பீரமாக நடக்க முயற்சித்து, அதில் சற்றே வெற்றியடைந்ததை அவள் கண்களில் கண்டு,

‘வாஷ் பண்ணிட்டு வந்துடறேன். அப்புறமா, இந்த கல்யாணத்துல இஷ்டம் இல்லைன்னு ஏதோ சொல்ல ஆரம்பிச்சியேடி, அதை விரிவா சொல்லு’ என்றபடி ரெஸ்ட் ரூமுக்குள் நுழைந்தான்.

விமானம்

விமானம் 29 ஆயிரம் அடி உயரத்தில் பறந்து கொண்டு இருந்தது. தொடர் இறந்தகாலத்தைத் தவிர வேறு எந்த காலமும் இதைச் சொல்வதற்கு சரியாக வரவில்லை.

சரேலென 15 ஆயிரம் அடியை இழந்தது.

பயந்து கொண்டிருந்த அவனுக்கு, 30 செகண்டில் இது நடந்ததாக தோன்றியது.

உயிர் பிழைத்து வந்த அவன் சொன்னதை, பலரும் கால்குலேட்டர் வைத்து கணக்கு போட்டுப் பார்த்து 30 செகண்டில் 15 ஆயிரம் அடியை இழக்க வாய்ப்பில்லை என விவாதித்துக்கொண்டு இருந்தனர்.

போங்கடா என கடுப்பானபடி, ஏர் ஹோஸ்டஸை இன்னொரு ரவுண்ட் கேட்டான்.

விமானம் 30 செகண்டில் 20 ஆயிரம் அடியை இழந்தது.

மொய்

திருமணமண்டபத்தில் இரைச்சலாக இருந்தது இந்த கதைக்கு தேவையில்லாதது. மணப்பையன் ஆச்சரியமாக விர்ஜினாக இருந்ததும் அவசியம் இல்லை. காலை டிஃபன் முடியும் நேரத்தில் அவர் நுழைந்தார். பந்தியில் அமர்ந்து கடைசி நான்கு பேருடன் சட்னி இல்லாமல் சாம்பாருடன் பொங்கல் சாப்பிட்டார். அவரை வர்ணிப்பது படிக்கும் உங்களுக்குப் பிடிக்காது எனினும், கதை அதை கோருகிறது.

உங்களுக்கும் வேணாம், கதைக்கும் வேணாம். சிம்பிளாக, வேறொரு கேரக்டர் சொல்வதுபோல டயலாக் வைத்து விடலாம்.

ஆனால், டயலாக் பேசும் கேரக்டர் கதைக்கு தேவையில்லை என்பதையாவது நீங்கள் அட்ஜஸ்ட் செய்து கொள்ளத்தான் வேண்டும்.

டேய் யார்றா இது? இந்த காலத்துல சட்டை போடாம! மூஞ்சி முழுக்க சுருக்கம் இருக்கு. ஆனா, பாடி ஃபிட்டா இருக்கு. ஏண்டா முதுகுல இவ்ளோ பெரிய கட்டி? ஏன் மச்சி இவருக்கு தலை ஆடிட்டு இருக்கு? இவ்ளோ வயசானாலும் கண்ணாடி போடலை பாத்தியா? பின்னங்காலில் நரம்பு தெறிக்குது பாத்தியா மச்சி? கால் நகம் எல்லாம் பழுப்பா இருக்குடா...

அவர் எழுந்து கை கழுவிக்கொண்டு சிரித்துக்கொண்டார்.

இல்லை, இல்லை அவர் முகம் எப்போதும் சிரித்த வண்ணமே யிருந்ததாகப் பட்டது.

தாலி கட்டும்போது மனம் முழுக்க மகிழ்ச்சியாக அட்சதை போட்டார்.

பல்லைக்காட்டிகொண்டு, வரிசையில் நின்று ஊர்பெயர் சொல்லி, பரம்பரை பெயர் சொல்லி, தன் பெயர் சொல்லி, கசங்கிய கடைசி நூறு ரூபாயை எடுத்து மொய் எழுதினார்.

மணமக்களிடம் சென்று தலையில் கைவைத்து உண்மையான அன்போடு ஆசீர்வதித்தார்.

மணமக்கள் தங்கள் பெற்றோரை கேணைத்தனமான பார்வையோடு தேடினர்.

ஜோதி

இராமலிங்க அடிகளார் ஜோதி வடிவமாகி விட்டார் என சந்தர்ப்ப சாட்சியங்களை வைத்து, ஆங்கிலேய கலெக்டர் இங்கிலாந்து அரசுக்கு அறிக்கை அனுப்பிவிட்டார். அந்த அறிக்கை கடலூர் கோர்ட்டில் இருக்கிறது.

இராமலிங்க அடிகளார் ஜோதி வடிவமானதைப் பார்த்த நேரடி சாட்சியாக கோவணம் கட்டிய தமிழர்கள் பலர் இருந்து, இறந்து போயிருப்பினும் ஆங்கிலேய கலெக்டரின் அறிக்கை என்று சொன்னால், இன்றைய பின் நவீனத்துவ உலகில் இந்தக் கதையை சாய்ந்து படித்துக்கொண்டிருக்கும் ஒருவரை நிமிர்ந்து உட்கார வைக்க முடியும்.

பல்லாயிரம் ஆண்டுகளாக, விழல் புதூர் என்ற மலைக்கிராமத்தில், தூரத்தில், கிழக்கில் இருக்கும் இரண்டு மலைகளுக்கு நடுவில் சங்கராந்தி என அழைக்கப்படும் நாளில் ஒளி வடிவமாக இறைவன் காட்சி கொடுத்துக்கொண்டு இருக்கிறார்.

அந்த கிராமத்து மக்களுக்கு அது ஒரு மேட்டரே இல்லை. சங்கராந்தி ஆனால் ஒளி தெரியும். கன்னத்தில் போட்டுக்கொண்டு, சரக்கடிக்க வேண்டியது, சாப்பிட வேண்டியது.

நவீன காலத்தில், பலருக்கும் இந்த ஒளி மேட்டர் வெளியே

தெரிய, கூட்டம் லேசாக அப்ப ஆரம்பித்தது. மடம் உருவானது. கடை உருவானது. கமர்ஷியல் உருவானது. பொருளாதாரம் மேம்பட்டது.

கூட்டம் கட்டுக்கடங்காமல் போக, ஒளி ஏற்ற அரசாங்கமே ஆட்களை ஏற்பாடு செய்தது. கன்ஃபார்மாக இந்த தேதியில் இந்த நேரத்தில் ஒளி தெரியும் என அறிவிப்பு வரலாகிற்று.

கூட்டம் கட்டுக்கடங்காமல் போக, ஒரு முறை எக்கச்சக்க உயிர்பலி ஏற்பட்டது.

அரசாங்கம் உண்மையை வெளிப்படையாக கூறியது. நாங்கள்தான் வனத்துறையினரை வைத்து ஒளியைக் காட்டுகிறோம் என்று.

பக்தர்கள் அசந்தார்கள் இல்லை, பகுத்தறிவுவாதிகள் குதூகலித்தார்கள்.

இனி அரசாங்கம் ஒளி ஏற்றி மக்களை ஏமாற்றக்கூடாது என உச்சநீதி மன்றம் உத்தரவு போட்டது. அரசாங்கமும் இந்த ஒளி ஏற்றுவதை விட மக்களின் வாழ்வில் ஒளி ஏற்றலாம் என வாளாவிருந்தது.

வழக்கமாகப் போகும் வயசாளி ஒருவர் சொன்னார். கொஞ்ச நாளா ரெண்டு ஜோதி தெரிஞ்சிது. ஒரு மாதிரி இருந்திச்சு. திரும்ப இப்பதான் திருப்தியா ஒரு ஜோதி பாக்கறேன்.

மனப்பான்மை

என்ன மேடம், வாக்கிங்கா?

இல்லீங்க, சும்மா நடந்து போய்ட்டு இருக்கேன்.

*

என்ன சார்? மால் பக்கம் வந்திருக்கீங்க? ஷாப்பிங்கா?

இல்ல சார், சும்மா ரெண்டு டீ ஷர்ட் எடுக்கலாம்னு வந்தேன்...

*

என்னாங்க ப்யூட்டி பார்லர் போய்ட்டு வறீங்களா?

அட ஏங்க நீங்க வேற, சும்மா முடி வெட்டிகிட்டு வறேன்.

*

என்னா மச்சீ நேத்து நைட்டு பார்ட்டியா?

இல்லடா, சும்மா நாலு பீர் அடிச்சோம்.

*

எங்கடீ ரெண்டு நாளா ஆளைக்காணோம்? டேட்டிங்கா?

இல்லடீ, சும்மா சுத்தினோம், கிஸ் அடிச்சுக்கிட்டோம்.

கள்ளக்காதலி

அவளைப்பற்றி எனக்கு ஏதும் தெரியாது. உணர்ந்ததுதான். அவள் வீட்டுக்கு அவள்தான் என்னை அழைத்தாள். நீண்ட யோசனைக்குப்பிறகு நான் சென்றேன். என்னை வரவேற்று நாற்காலியில் உட்காரவைத்தவளை அணைத்துகொண்டேன்.

'ஏய் என்னா பண்ற' என்று விலகினாள்.

'சங்கர் வேலைக்கு போயிருக்காரு, ஐடி கம்பனி, எப்ப வேணா வரலாம்' என்றாள்.

அது மட்டுமில்லாமல், குழந்தைகள் 12.30க்கு வந்து விடும் என்பதும் தெரிந்தது.

என்ன செய்வது எனத் தெரியாமல் குழம்பிப்போய், சடாரென எழுந்து, என் செல்லக்குட்டி என அவளை அணைத்துக் கொண்டேன்.

என் கைகளை அவளின் பின் புறத்தில் வைத்து என்னோடு சேர்த்து இணையாக, கொஞ்சம் கீழிறங்கி அணைத்துக்கொண்டு ஐ லவ் யூ என சொன்னபடியே அவளின் உதட்டை சுவைத்தேன்.

முதலருவியின் ருசிபோல இருந்தது.

சுவைத்துக்கொண்டேயிருந்தேன். தள்ளிவிட்டு, 'நேரமாகுது' என்றாள். விலகினேன். எவனோ ஒருவன், 'நான் முத்தம் மட்டும் தானே கொடுத்தேன்' என்றும், 'நீ என் முலையில் கடித்து விட்டாய்' என்றும் அலைவரிசையில் இருவர் பேசிக்கொண்டி ருப்பதை கேட்டேன்.

இது எனக்கு வழக்கம்தான்.

ஆக்ஸிடெண்ட்

புல்லட்டில் அவனுடன் செல்வது அவளுக்கு பெருங்கனவு. சென்று கொண்டு இருந்தாள். அவனை கட்டிக்கொண்டு, அவனின் இடது தோளிலும் வலது தோளிலும் மாறி மாறி முகத்தை புதைத்து எதிர்காற்று இமைகளை தெறிக்க விட்டுக்கொண்டிருந்ததை ரசித்துக்கொண்டிருந்தாள்.

யாருமில்லா மலைப்பாதை ஏகாந்தமான சுதந்திரம் கொடுத்தது. அவளுக்கு மலையில் பைக்கில் ஏறுவது, மரத்தில் ஏறுவது போல இருந்தது. மலைப்பயணத்தின் வில்லன் தன் வேலையைக் காட்ட ஆரம்பித்தான். தூறல் போட ஆரம்பித்தது. சென்று சேர வேண்டிய இடம் இன்னும் 90 கிலோமீட்டர் இருந்தது.

கடும் மழை கொட்ட ஆரம்பித்தது. நனைவது சினிமேட்டிக்காக ஜாலியாக இருப்பினும் ப்ராக்டிக்கலாக அப்படி இருக்கவில்லை. ஒதுங்க வழியில் ஏதும் இல்லை என்பது இருவருக்கும் தெரியும். தெரிந்ததனால் ஆக்ஸிலேட்டரை முறுக்கவும் வழியில்லை.

திடீரென இடதுபுறம் ஒரு குடில் தென்பட்டது. மெயின் ரோட்டில் இருந்து கிட்டத்தட்ட 300 அடி மலைப்பாதையில் கீழே இறங்கவேண்டும். அந்த குடிலில் வெளிச்சம் இருந்தது.

பைக்கை ஓரம் கட்டிவிட்டு, இருவரும் நடுங்கிக்கொண்டு அந்த குடிலை நோக்கி வழுக்கியபடி நடந்தனர்.

அந்தக்குடிலின் உள்ளே சென்றதும், ஒரு வயோதிகரும், இளம் பெண்ணும் வரவேற்றனர்.

மொச்சைக்கொட்டை சாம்பார் ஊற்றி சாப்பாடு போட்டனர்.

இது ஒரு குடிலே இல்லையென்றும், நீங்கள் சாப்பிடுவது சாப்பாடே இல்லையென்றும் அந்த முதியவர் கூறினார்.

அந்த இளம்பெண், நகைத்தவாறே அவனை நெருங்கி முத்தமிட்டாள்.

நீ முத்தமிடுவதும் முத்தமில்லையா என்று இவன் கேட்க, பளாரென்று அறைந்தாள் இவனுடன் வந்த கதாநாயகி.

பைக் தடையைத் தாண்டி முட்டி மோதி பள்ளத்தாக்கில் பறக்கும்போது யாருக்கு எந்த ஃபீலிங் இருக்கும் என்று தமிழ் கூறும் நல்லுலகிற்கு தெரியாது என்ற தைரியத்தில் கதை எங்கெங்கோ பறக்கிறது.

பாம்பு

பாம்புக்கு குளிரும். வளைந்து நெளிந்து பம்பு செட்டு கொட்டாய்க்குள் புகுந்த பாம்பு, மீந்து கிடக்கும் கம்பளிக்குள் ஒடுங்கிக்கொண்டது. பாம்பு, தூங்கும்போது வளைந்து நெளியாமல் நேர்க்கோட்டில் ஓய்வெடுக்கும்.

விடிகாலை வரை படுத்திருந்தவன் பாம்பு மேல் கால் போட்டானோ , இல்லை அவன் மேல் பாம்பு வால் போட்டதோ தெரியவில்லை.

விடிந்து எழுந்து சோம்பல் முறித்தவன் அப்போதும் கோடு போல கிடக்கும் பாம்பைப்பார்த்தான்.

பதறி ஓடி பெருந்தடி எடுத்து வந்தான்.

சத்தம் கேட்டு கண் விழித்த பாம்பு படம் எடுத்தது. தூக்கக் கலக்கத்தில் எடுத்த படமே பிரமாதமாக இருந்தது. திரும்ப எடுத்த படத்தை வாபஸ் வாங்கி மீண்டும் ஒரு சிறப்பான படம் எடுத்தது.

ஏதோ யோசித்தவன் தடியைத் தூக்கிப்போட்டு பல் தேய்க்கப் போனான்.

அவனும் பாம்பும் சில நாட்கள் தூக்கம் வராமல் புரண்டபடி கிடந்தனர்.

நித்யா

ஹலோ நித்யா... குறுக்க ஏதும் பேசாமல் நான் சொல்றதை கேக்கணும். இப்ப தனியா என் ஃப்ளாட்ல இருக்கேன். கதவை நல்லா சாத்தி வச்சிட்டேன். கையில சயனைட் இருக்கு. நான் சாகப்போறேன். அதுக்கு முன்னால எனக்காக நீ செய்ய வேண்டிய சில வேலைகளை உங்கிட்ட சொல்லப்போறேன். நடுவுல நீ ஏதாவது பேசினாலோ, என் தற்கொலை எண்ணத்தை மாத்தற மாதிரி எதாச்சும் சொன்னாலோ அடுத்த நிமிடம் சயனைட் என் வாய்க்குப் போயிடும்.

சாவுடா பாஸ்டர்ட்...

கோபம்

ஒரு ஃபுல் ரிங் போய் கால் கட்டானது.

கிட்டத்தட்ட ஆறு மாதம் கழித்துக் கூப்பிட்டாள்.

'ஹலோ' என்றேன்.

'கோவமா?'

'இல்லை.'

'ஏய் கோச்சிக்கிட்டதானே?'

'இல்லடி.'

'கடுப்பாயிட்டியா?'

'இல்ல, ஏன்?'

'சாரிடா, செம டென்ஷனாதானே இருக்க?'

'இல்லடீ.'

'சரி, ரொம்ப ரொம்ப சாரி. என்னை மன்னிச்சிடு. கோவம் போயிடுத்தா?'

'எதுக்குடீ கோவம், ஒண்ணும் புரியலையே!'

'போடா, ஐ ஹேட் யூ!'

கால் கட்டானது.

ங்கீங்க் ங்கீங்க் ங்கீங்க்...

ஓவர் டேக்

நேஷனல் ஹைவேஸ். 80 கிலோமீட்டரிலேயே புல்லட் ஸ்பீடா முள் 20 நிமிடமாக துடித்துக்கொண்டு இருக்கிறது. உள்ளங்கைகளின் பின்புறம் கிதாரின் இறுக்கிக்கட்டிய நரம்புகள். மனம் எதையாவது சிந்தித்துக்கொண்டிருக்கிறதா என்ன?

பல எஸ் வளைவுகளைத்தாண்டி ஒரு இன்னுமொரு எஸ் வளைவு. ஆச்சரியமாக, புகை கக்காமல் சென்று கொண்டிருக்கும் ஒரு லாரி.

மூளை எரிச்சலாகி, தன்னுடைய வேலையை கைகளுக்கும், கண்களுக்கும், கால்களுக்கும் பிரித்துக்கொடுத்து விட்டு, பின்னால் போய்க்கொண்டிருக்கும் மரங்களை பார்த்துக்கொண்டிருக்கிறதோ என்ன எழவோ.

எஸ் வளைவில், ப்ளைண்ட் கர்வில், எண்பதில், புகை கக்கா லாரியை மூளைத்தவிர்த்து மற்ற உறுப்புக்களால் புல்லட் ஓவர் டேக் செய்கையில், எதிரில், இதே போல புலன்களால் ஓட்டப்பட்டுக்கொண்டிருக்கும் ஒரு கார் 100 கிமீ பெர் அவரில்.

இரண்டு மூளைகளும் விழித்துக்கொண்டன. சாரி... மூன்று!

ஆந்தை

டித்தி யோக கொண்டித்தார் கொஞ்சம் காசு சேர்ந்ததும் மேன்ஷனில் இருந்து காலி செய்து ஒரு தனியறை எடுத்தான். இன்னும் கொஞ்சம் காசு பார்த்ததும், ஒரு தனி வீடு எடுத்தான்.

வீடு : மூன்று தளங்கள் கொண்ட வீடு. சைடில் வெகு குறுகலாக மாடிப் படிக்கட்டு ஏறும். பாதி ஏறி அங்கிருந்து யூடர்ன் அடித்து அதை விட குறுகலாக இருக்கும் பாதையில் நடந்தால் இவனின் தளம் வரும். அங்கே யூ டர்ன் எடுக்காமல் செங்குத்தாக மேலே ஏறினால், இரண்டாவது தளம் வரும். அங்கே பத்துப்பதினைந்து பேர் வசிப்பது போல இருந்தது. தரைத்தளக் கதவு எப்போதும் பூட்டியிருந்தது. ஆனால் விளக்கு எப்போதும் எரிந்து கொண்டிருந்தது.

அந்த தரைத்தளக் கதவை ஒருமுறை மட்டும் தட்டி, ஒரு வயதான இளையவர் தாடை துடிக்க கதவைத்திறந்ததைப் பார்த்த பிறகு எப்போதும் தரைத்தளத்தை தட்டியதில்லை.

முதல் தளத்தில் பெரிய ஹால், 4 ரூம், ஒரு கிச்சன், 2 டாய்லெட் இருந்தாலும், ஒரு ரூமை மட்டுமே உபயோகித்து வந்தான் கொண்டித்தார். வீட்டுக்கு குடி வந்த மறுநாள் டாய்லெட்டுக்கு பக்கத்தில் இருந்த கிச்சனுக்கு போகும் வழியில் ஒரு ஆந்தை

செத்துக்கிடந்ததை பார்த்தான் கொண்டித்தார்.

ஆந்தையையே பார்த்திராத கொண்டித்தாருக்கு, செத்துக்கிடந்தது ஆந்தை என எப்படியோ தெரிந்தது. அதை என்ன செய்வது எனத் தெரியவில்லை.

மூக்கைப் பிடித்து தூக்குவதா? இறகைப் பிடித்து தூக்குவதா?

மூக்கைப் பிடித்துத் தூக்கி, நேற்று வாங்கி வந்த பிரியாணி கேரி பேக்கில் போட்டு நைஸாக ஒரு குப்பைத்தொடியில் போட்டு விட்டான்.

மறு நாளும் ஆந்தை செத்துக்கிடந்தது. திரும்ப மூக்கை பிடித்து தூக்கி...

மறுநாளும்... மறுநாளும்... மறுநாளும்.

பிறகெல்லாம் காலைப்பிடித்து, இறகைப்பிடித்து, மொத்த உடம்பைப் பிடித்து என பலவாறாக தூக்கி குப்பைத்தொட்டியில் போடுவது, கேரி பேக்கில் போட்டு நடு ரோட்டில் வீசுவது, பின் பக்க வீட்டின் கூரையில் வீசுவது என பழகிக்கொண்டு இருந்தான்.

வீடு முழுக்க பூட்டி இருக்கையில், எப்படி ஆந்தை நம் வீட்டில் செத்து விழுகிறது என கொண்டித்தாருக்குப் புரியவில்லை.

ஒருநாள், 6 மில்லர் பியர் வாங்கிக்கொண்டு, இரவு முழுக்க கண் விழித்துக் குடித்துக் குடித்துப் பார்த்துக்கொண்டு இருந்தான். ஆந்தையும் செத்து விழவில்லை. இவனும் தூங்கி விட்டான். மாலையில் எழுந்து பார்க்கையில் பக்கத்திலேயே ஆந்தை செத்துக்கிடந்தது.

நண்பர்களிடம் சேலுபாசாக சொல்லி, கிண்டலுக்குள்ளாக்கப் பட்டான் கொண்டித்தார்.

வேறு வழியே இல்லாமல் வீட்டில் பார்த்த பெண்ணை திருமணம் செய்துகொண்டு, தேனிலவு முடித்து, அதே வீட்டுக்கு பயந்து கொண்டே மனைவியை அழைத்துக்கொண்டு வந்தான்

கொண்டித்தார்.

கலவி கச்சிதமாக முடித்து தூங்கிய கொண்டித்தார் அதிகாலை *5* மனிக்கு எழுந்து அரக்கப் பறக்க வீடு முழுதும் சுற்றினான்.

ஆந்தை செத்துக்கிடந்தது.

மனைவியை எழுப்பி, அதைக் காட்டி, தன் சோகக்கதையை சொல்லிப்புலம்பினான்.

மனைவி அரைத்தூக்கத்தில், முறத்தால் அதை அள்ளிப்போட்டு, அவனை முத்தமிட்டு தூங்கினாள்.

அடுத்த ஒரு வாரம், ஆந்தை வீட்டில் செத்து விழவேயில்லை.

ஆச்சரியமாக, இதை மனைவியிடம் சொல்லி, 'நீ அள்ளிப்போட்ட பிறகு ஆந்தை வீட்டினுள் செத்து விழவில்லை' என்றான்.

'ஆந்தையா? என்ன உளறுறீங்க' என்றாள் மனைவி.

சிகரெட்

'எதை சாப்டாலும் தொண்டை வலிக்கிது மச்சி!'

'டாக்டர் கிட்ட போனியா?'

'ஈஎன்டி கிட்ட போனேன். சிகரட் அடிப்பியான்னு கேட்டாரு. ஆமான்னேன். அதை கொஞ்ச நாள் நிறுத்துங்கன்னு சொல்லி மருந்து எழுதி குடுத்தாரு.'

'அப்பறம் ஏண்டா இப்ப சிகரட் குடிக்கிற?'

'இல்ல மச்சி, வேற எதையாவது சாப்டாத்தான் தொண்டை வலிக்கிது. சிகரட் குடிச்சா தொண்டை வலிக்கலை!'

பொண்டாட்டி

'ஹலோ'

'ஹலோ'

'இல்ல, கொஞ்சம் பிஸியா மாட்டிகிட்டேண்டி!'

'ம்'

'சரிம்மா , நான் அப்புறமா ஃப்ரீயா டீட்டெயிலா பேசறேன்.'

'சரி, நான் அப்புறம் கூப்பிடட்டுமா?'

'சரிடி, பை, நான் அப்புறமா கூப்பிடறேன்.'

'இல்லடி, நான் ஃப்ரீயானதும் இதைப்பத்தி பேசறேன், சரியா?'

‘புரியிது, கொஞ்சம் டைம் குடு, நான் சாயங்காலமா பேசறேன், பை பை, சரியா?‘

நான் அப்புறமா கட்டாயம் பேசறேன், சரியா, பை பை.

நான் அப்புறமா கட்டாயம் பேசறேன், சரியா, பை பை.

நான் அப்புறமா கட்டாயம் பேசறேன், சரியா , பை பை.

நான் அப்புறமா கட்டாயம் பேசறேன், சரியா, பை பை.

நான் அப்புறமா கட்டாயம் பேசறேன், சரியா, பை பை.

நான் அப்புறமா கட்டாயம் பேசறேன், சரியா, பை பை.

நான் அப்புறமா கட்டாயம் பேசறேன், சரியா, பை பை.

மாடி

ஒண்டுக்குடித்தனம் நான்கு மாடிகளில் இருந்தன. நான் ஐந்தாவது மாடியில் தனி அறையில் இருந்தேன். கல்யாணம் ஆகவில்லை. அக்கா தங்கச்சி பிரச்சனை இல்லை. தொண்ணூறு ஆயிரம் ரூபாய் சம்பளம்.

இம்போர்டட் ஸ்காட்ச் விஸ்கி அடித்து விட்டு, மொட்டை மாடியில் நின்றுகொண்டு சிகரெட் அடித்துக்கொண்டே கீழே பார்த்தால் தெரு கன்னங்கரேலென கருமையாகத் தெரியும். பக்கத்தில் பசுமையாக பூங்கா தெரியும். கீழே நிம்மதியாக குதிக்கலாம் எனத் தோன்றும். அப்படித் தோன்றும் போதெல்லாம் சிரித்துக்கொண்டே சிகரெட்டை கீழே தூக்கி போட்டுவிட்டு உள்ளே சென்று படுக்கையில் விழுந்து தூக்கமில்லாமல் தவிப்பேன்.

நீண்டகால நண்பர்கள், அலுவலக தோழர்கள், பாரில் அப்போதுதான் உண்டான தோழர்கள் என பலரும் என் அறைக்கு வந்துள்ளனர்.

அனைவரிடமும் கீழே குதிக்கும் என் மன ஆசையை மொட்டை மாடியில் சிகரெட் குடித்துக்கொண்டே சொல்லியிருக்கிறேன்.

பலர் என் நட்பை துண்டித்துக்கொண்டனர். சிலர் என்னை திருமணம் செய்து கொள்ள அறிவுறுத்தினர்.

என் அலுவலகத்தில் புதிதாக வேலைக்குச்சேர்ந்த நண்பன் வேறு வழியில்லாமல் என் அறைக்கு வந்தான். ஆறாவது ரவுண்ட் முடிந்ததும் மொட்டை மாடியில் நின்று கொண்டு சிகரெட் அடிக்கும்போது, கீழே இந்த கருகரு தெருவில் குதித்தால் எவ்வளவு சுவாரசியமாக இருக்கும், புரிகிறதா என்றேன்.

என்னை தீர்க்கமாகப் பார்த்த அவன் சொன்னான். 'நிச்சயமாக, மிகவும் அற்புதமாக இருக்கும். இதை நீ பலரிடம் சொல்லி யிருப்பாய் , யாருக்கும் புரிந்திருக்காது. நான் அப்படி அல்ல, நான் கண்டிப்பாக கீழே குதிக்க விரும்புகிறேன், குதிப்பேன்' என்று சொல்லியபடி சிறு இடைவெளி விட்டான்.

'நான் இப்போது கீழே குதித்தால், உனக்கு பிரச்சனை ஆகும். நீ வீட்டைக் காலி செய்து விடு, பிறகு நான் வந்து குதித்துக் கொள்கிறேன்' என்றான்.

எனக்கு கடுப்பு ஆனது.

நானும் அவனும் ஒரு நொடி முறைத்துக்கொண்டோம்.

இருவரும் கீழே குதித்தோம்.

கூலிப்படை

ஒரு கொலை நடக்கப்போகிறது. கொலை செய்யப்போகிறவனுக்கு சரியாகத் தெரியாது. கொலையாகப் போகிறவனுக்கு அந்த நினைப்பே இல்லை.

கொலை நடக்க இருக்கும் போலீஸ் ஸ்டேஷன் ஏரியாவின் இன்ஸ்பெக்டர் அடுத்த மாவட்டத்தின் சட்டம் ஒழுங்கு பிரச்சனைக்காக டெபுடேஷனில் சென்றுள்ளார்.

கொலை நடப்பதற்கான அனைத்து சாத்தியக்கூறுகளும் இந்த இரவினூடே புதைந்துள்ளன. கொலை நடக்கலாம், அல்லது கொலைக்கான முயற்சி உயிர்த்துடிப்பை வென்று விட்டு பதுங்கிக்கொள்ளலாம்.

கடைசி ரவுண்ட் ப்ளாஸ்டிக் கிளாஸ்கள் கசக்கப்படுகின்றன.

தொடையிடுக்கில் வியர்வை வழிவதால் திரும்பப்படுக்கும் நேரத்தில், நித்திரை கலையும் வேளையில் அரை போதையில் மரண தேவனை எட்டி உதைக்க,

உயிரோடு இருந்தாலும் இல்லையென்றாலும் காலையில் வாய் கசக்கும்.

சுடுகாடு

நித்யா எங்கள் வீட்டுக்கு நான்கு வீடு தள்ளி இருக்கும் வீட்டுக்கு எதிர் வீடு. அவள் வீட்டுக்கு செல்ல தெருவில் இருந்து 200 அடி உள்ளே நடக்க வேண்டும். அவள் என்னை விட 9 மாதம்தான் பெரியவள் என்றாலும் அக்கா அக்கா என்றே சிறுவயதில் அழைக்கப் பழக்கப்படுத்தி விட்டனர். மற்றவர்களிடம் பேசும்போது அக்கா என்று பேசினாலும் படிப்படியாக அவளிடம் பேசும்போது நித்யா என்றே அழைக்கலானேன்.

எனக்கு அவள் மேல் பெரிய அட்டாச்மெண்ட் ஏதும் இல்லையெனினும் பெரும்பாலான நேரங்கள் அவளுடனேயே கழிந்தன. அவள் என்ன வேலை சொன்னாலும் செய்வேன், விளையாடுவேன், வம்பிழுப்பேன், அவள் மடியிலேயே படுத்து சமயத்தில் உறங்கி விடுவேன். இவளிடம் இருந்து பிய்த்துக்கொண்டு போக வேண்டும் என்று அவ்வப்போது தோன்றினாலும் முடிந்ததில்லை.

விழிப்புக்கலக்கத்தில் குழம்பிப்போய் போரடித்துக்கொண்டு மிதந்துகொண்டிருந்த போது என்னை சலனப்படுத்தினாள் நித்யா.

'என்னாடீ?'

'யேய், எங்கப்பா செத்துட்டாருடா! போய் சுடுகாட்டுல

வெட்டியான் கிட்ட, சாயங்காலம் பொணம் வந்துடும்னு சொல்லி வச்சிட்டு வர்றியா ?'

'சரிடீ' என்று சொல்லிவிட்டேனே ஒழிய, இந்த வேலைக்கெல்லாமா என்னை அலைக்கழிக்க வேண்டும் என்று எரிச்சலாக இருந்தது. எவனெவனெல்லாம் என்னிடம் மாட்டிக்கொண்டு மிரளப்போகிறானோ என்று எண்ணியபடியே சுடுகாட்டில் பார்த்தால் ,வெட்டியான் இல்லை. நித்யாவின் அப்பா இருந்தார்.

என்னை அடையாளம் கண்டு கொண்டு, 'நித்யா நம்மளையெல்லாம் விட்டுட்டு போய்டாப்பா, அதுக்குள்ள என்னைய விட்டுட்டு போய்ட்டா' என்றார்.

ங்காஆஆஆ

நித்யாவின் குரல் எனக்கு கேட்க ஆரம்பி...

ங்காஆஆஆ !

ஆம்பளை சிங்கம்!

பெண் குழந்தைகளுக்கு கள்ளிப்பால் ஊற்றிக் கொன்ற சம்பவமெல்லாம் ஜீக்ளா வரைக்காரை பதற வைத்திருக்கின்றன. பொண்ணுங்களுக்கு கள்ளிப்பால் ஊத்தின பாவத்துக்குத்தான், இப்ப ஆம்பளை பசங்க டாஸ்மாக்ல போயி தானே கள்ளிப்பாலை ஊத்திக்கிறானுங்க என்று சொல்வார்.

வரைக்காருக்கு பெண் குழந்தை என்றால் கொள்ளைப் பிரியம் என்றாலும் தனக்கு ஒரு ஆண் குழந்தையும் வேண்டும் என நினைத்தார்; மனதார விரும்பினார்.

இந்தக்காலத்துல போயி ஆம்புளை புள்ளை இல்லை என வருத்தப்படலாமா என கேள்வி கேட்ட நண்பர்களிடம், குடித்து வாயில் வைத்திருந்த மிலிட்டிரி ரம்மை கீழே துப்பி விட்டு, இப்ப கேட்ட எவனுக்காச்சும் ஆம்புளை புள்ளை இல்லைன்னு சொல்லுங்கடா! நீங்க ரொம்ப அட்வான்ஸுன்னு ஒத்துக்கிறேன்.

ஒத்தா, நிம்மதியா ஆளுக்கு ஒரு கெடாப்பயல பெத்துபோட்டுட்டு எங்கிட்ட வந்து மயிரு மாறி பேசறீங்களாடா? என்று கேட்டுவிட்டு பக்கத்தில் இருந்தவனிடம் சிகரெட்டை பத்த வைடா என்றார்.

கொக்கோக சாஸ்திரம், சீன ஜோதிடம், ஜப்பான் காலண்டர், உருகுவே டெக்னிக் என பலதும் படித்து அதை செயல்படுத்தியும்

பார்த்து விட்டார். கொண்டாருட்டு கொடைச்சல் அம்மன் சந்நிதி வாசலில் மலையர்களின் மாந்திரீகம் என்ற புத்தகத்தை படித்து, மிகுந்த சிரமப்பட்டு, சிரசாசனத்தில் இருந்து கொண்டே புணராசனம் செய்தும் பார்த்து விட்டார். ஆண் குழந்தை வாய்க்கவில்லை.

ஒவ்வொருமுறையும் மனைவி பிரசவ வார்டில் உள்ளே இருக்கையில் இரை தேடும் சிறுத்தை போல வாசலில் உலவிக்கொண்டு இருப்பார். பொம்பளைப்புள்ள என்று நர்ஸ் சொன்னதும், *500* ரூபாயை எடுத்து நர்சிடம் கொடுத்து விட்டு, விறுவிறுவென வெளியேறி புல்லட்டில் பறப்பார். அப்போதும் அவர் முகத்தில் யாரும் எரிச்சலை பார்க்க முடியாது. அடுத்த முறையாவது எப்படி ஆண் குழந்தையை பெற்றுக்கொள்வது என்ற புது பிராஜக்டை யோசித்தபடி இருப்பது பழகியவர்களுக்குத் தெரியும்.

இரை தேடும் சிறுத்தை போல இப்போதும் பிரசவ வார்டின் வாசலில் நடைபோட்டுக்கோண்டு இருக்கிறார் ஜீக்ளா வரைக்கார்.

நர்ஸ் வெளியே வருகிறாள். கையில் ஒரு பொட்டலம். சா............ர் ....உ.......................ங்...............................க...................... .ளு.........................க்.....................................கு......................... ....மே... ....ல் பேபி பொறந்துருக்கு சார் என்றாள்.

பூமி இரண்டாக பிளந்து வரைக்கார் மட்டும் ஒரு பகுதியில் தனியாக பிய்த்துக்கொண்டு போவது போலத் தோன்றியது அவருக்கு .நிலவரத்துக்கு வந்து, ஆம்பளை குழந்தைதானே ?

'ஆமாம் சார், மேல் பேபிதான்' என்றாள்.

துணியை விலக்கி குஞ்சை பார்த்துக் கன்ஃபார்ம் செய்து

சிரித்துக்கொண்டார். சில ஐநூறு ரூபாய் நோட்டுக்களை நர்ஸிடம் திணித்து விட்டு வெளியே பறந்தார்.

நண்பர்களுடன் மிக மகிழ்ச்சியாக தண்ணி அடித்துக்கொண்டு இருக்கையில் போன் வந்தது.

அப்பா, எனக்கு பொண் குழந்தை பொறந்திருக்கு என்றாள் வரைக்காரின் மகள். மகளின் தலையை ஆதரவாக தடவியபடியே அழுதபடி இருந்தாள் வரைக்காரின் மனைவி.

அழாதம்மா, இனிமே ஒனக்கு தொந்தரவு இல்லை. எம்புருஷனுக்கு பொம்பளை புள்ளைதான் புடிக்கும் என்று சொல்லியபடி தொட்டிலில் தூங்கிக்கொண்டு இருக்கும் தன் தங்கையை முத்தமிட்டாள்.

கஞ்சா

தண்ணி அடித்தால்தானே கண்டு பிடிக்கிறார்கள்? என்னத்தை கண்டு பிடிக்கிறார்கள்? நாத்தத்தை வைத்து கண்டு பிடிக்கிறார்கள். குசு விட்டால் கூடத்தான் கண்டு பிடிக்கிறார்கள். யாரென்று கண்டுபிடிக்க முடிகிறதா?

இந்த வம்பே வேண்டாம் என்றுதான் நான் கஞ்சா அடிக்க ஆரம்பித்தேன். பிறகு பிரவுன் சுகர், அபின் அது இது என்று எங்கோ போயிற்று. சில இந்தியர்களுடன் கடும் அழுக்கான வெள்ளைக்காரிகள் சுற்றுவதைப் பார்த்திருக்கிறீர்களா? எல்லாம் இந்த மேட்டர்தான்.

இந்த வஸ்துவால் எனக்கு ஒரு விநோத பழக்கம் உருவாயிற்று. அடுத்தவர் மனதில், மனதிலா? மூளையிலா? அதெல்லாம் தெரியாது. எதிலோ பூந்து அவர் போலவே ஃபீல் செய்ய ஆரம்பித்தேன். அதை அவர்களிடமும் சொல்வேன், வியந்து போவார்கள்.

பெண்கள் என்னைப்பற்றி என்ன நினைக்கிறார்கள் என தெரிந்து கொள்வது எனக்கு ஒருவகையில் வசதியாகப்போயிற்று.

என்ன நினைக்கிறாள் என சொன்னால் நம்ப மாட்டீர்கள். எப்படி நம்புவீர்கள்? கடும் தாழ்வு மனப்பான்மையில் மிதக்கும்

உங்களுக்கு ஒரு பெண் என்னை செருப்பால் அடித்தாள் என்று சொன்னால் அதைத்தான் உண்மைக்கு மிக அருகில் சொல்கிறான் எனக் கொண்டாடுவீர்கள். ஆஸ் ஹோல்ஸ்.

கோபித்துக்கொள்ளாதீர்கள். இதைப் படிப்பவர்களை நான் திட்டவில்லை. திருட்டுத்தனமாகப் படித்துவிட்டு படிக்காதது போல நடிப்பவர்களையே சொல்கிறேன்.

நல்ல ராஜ போதையில் விமான நிலையம் வந்தேன். போர்டிங் பாஸ் எடுக்கும் கவுண்டரில் குடித்தனம் நடத்திக்கொண்டிருக்கும் ஆளை மனதளவில் சூத்தில் எட்டி உதைத்தபடி புன்முறுவலோடு நின்று கொண்டிருந்தேன்.

செக்யூரிட்டி செக்கில், சிகரெட்டை எடுத்து மேலே வைத்ததும், தீப்பெட்டி இல்லையா என பரிதாபமாகக் கேட்ட சிஆர்பிஎஃப் க்கு நன்றி சொல்லி நாற்காலியில் அமர்ந்தேன்.

விமானத்திற்கு அழைப்பு வந்ததும், அடித்துப் பிடித்து லைனில் நின்றவர்களை பரிதாபமாகப் பார்த்தபடி ஸ்மோக்கிங்க் ஸோன் சென்றேன்.

புகைத்து முடித்து விமானத்திற்குள் ஏறுவதற்காக நடந்தேன். ஏர்ஹோஸ்டஸ் ஒருத்தி தன் பையில் இருந்து டேப்லெட்டை எடுத்துக்கொண்டு இருந்தாள். வெல்கம் சொன்ன பாப்பாவுக்கு அவள் எதிர்பாரா வண்ணம் மிகப்பெரிய புன்னகையை கொடுத்து நிலை தடுமாற வைத்து 19 டீ சீட்டில் அமர்ந்தேன்.

அக்கம்பக்கத்து சீட்களில் இருப்பவர்கள் என்ன நினைக்கிறார்கள் என சும்மா உள்ளே புகுந்து பார்த்துவிட்டு வந்தேன். தூக்கம் வருவது போல இருந்தது. டேக் ஆஃப் ஆகட்டும் தூங்கலாம் என இன் ஃபிளைட் மேகசினை எடுத்துப் புரட்டினேன்.

டேக் ஆஃப் ஆனது. தூங்கி விட்டேன்.

நீண்ட நேரம் பயணிப்பது போல இருந்தது. கண்ணை விழிக்கலாம் என்றால் வேண்டாம் என மூளை தடுத்தது. டொம்மென லேண்ட் ஆகட்டும், கண்ணைத் திறக்கலாம்

என மூளை சொன்னது. மூடிக்கொண்டே திரும்பவும் தூங்க முயற்சித்தேன். நீண்ட நேரம் ஆகியும் டொம் ஆகவே இல்லை.

வேறு வழியில்லாமல் கண்ணைத் திறந்து பார்த்தேன். விமானம் பறந்து கொண்டிருந்தது. அக்கம் பக்கம் அனைவரும் தூங்கிக்கொண்டு இருந்தனர். எப்படி எல்லோரும் தூங்கிக்கொண்டு இருப்பார்கள் என குழம்பியபடியே ஏர் ஹோஸ்டஸை தேடினேன். அவளும் விமானத்தின் கடைசியில் அழகாக குழந்தை வகுப்பறையில் தூங்குவது போல நாகரீகமாக கீழே படுத்துத் தூங்கிக்கொண்டு இருந்தாள்.

எழுந்து நடந்து பார்க்கலாமா என யோசித்து, வேண்டாம் இது ஏதோ குழப்பமாக உள்ளது என அந்த முடிவை தள்ளிப்போட்டேன். அக்கம்பக்கம் திரும்பிப் பார்த்தேன், என்னைபோலவே ஒருவன் கண்விழித்து உருட்டி திரும்ப மூடிக்கொண்டான். காக்பிட்டில் சென்று பார்க்கச் சொல்லி என்னை மூளை உந்தித்தள்ளியது. பிடிவாதமாக அந்தக் கட்டளையை மறுத்தேன். விமானம் பறந்து கொண்டு இருந்தது, ஆனால் ஏதோ சரியில்லாமல் இருந்தது.

எதற்கு வம்பு என திரும்ப தூங்க ஆரம்பித்தேன்.

டொம்மென விமானம் லேண்ட் ஆனதும், விழித்துப்பார்த்து சிரித்து ஆசுவாசம் அடைந்து குழம்பினேன்.

அறைக்குச் சென்று, நண்பனை அழைத்து போதை வஸ்துவை ஏற்றிக்கொண்டு வேறு ஒரு கிரகத்தில் இருக்கும் பிறந்த குழந்தையுடன் பேசினேன். தூங்கி விட்டேன்.

மறுநாள் காலை க்ரீன் டீ குடித்துக்கொண்டு தொலைக்காட்சி பார்த்துக்கொண்டு இருக்கையில் அந்த செய்தி ஓடிக் கொண்டிருந்தது.

என்னை நடுவில் இறக்கி விட்டு வேறு ஊருக்கு சென்ற விமானம் விபத்துக்குள்ளானது என்றும் எங்கிருக்கிறது என்றும் தெரியவில்லை என!

குடிக்காதல்

ஐ லவ் யூ ஸோ மச். என்னைக் கொலை பண்ணிடு. எனக்கு தற்கொலை பண்ணிட்டு சாகுற அளவுக்கு தில்லும் இல்லை. செய்யவும் மாட்டேன். நீ மாட்டிக்காத அளவுக்கு என்னை எப்படி கொலை பண்றதுனு எனக்கு சொல்லிக்கொடுக்கவும் தெரியாது.

ஆனால், இதைப்போல சான்ஸ் கிடைக்காது செல்லம். நானும் கோஆப்பரேட் பண்ண மாட்டேன். சும்மா எப்பவும் போல அழுதுட்டு கடைசில ஐ லவ் யூ சொல்லிட்டு தூங்காம, கொலை பண்ணிடு!

என்னால உன்னை செய்ய முடியாது. நீ என்னிக்கா இருந்தாலும் ஒருநாள் பண்ணத்தான் போற! நீ என்னை கொலை செய்யறதை பாக்கணும், வேற ஒண்ணும் வேணாம் எனக்கு!

குழந்தை

விமானம் கவிழ்ந்து கிடந்தது. சில கார்கள் பார்க் செய்யப்பட்டு இருந்தன. சில ஜீப்கள் டயர் கழண்டு நொண்டி போட்டு நின்று கொண்டு இருந்தன. ஸ்கூட்டர் முகத்தைத் திருப்பிக்கொண்டு நின்று கொண்டு இருந்தது. சைக்கிள் கேட்பாரற்று கவிழ்ந்து கிடந்தது.

சிங்கம் ஒருக்களித்து படுத்து இருந்தது. யானை தும்பிக்கை இழந்த கவலை இல்லாமல் வீரமாக நின்றுகொண்டு இருந்தது.

ஏன் குழந்தை சாவுக்கு எந்தக் குழந்தையும் வருவதில்லை?

கை!

மக்ளீ கோயார் டும்முலு, ஊசியின் நண்பன். நல்லவன். மனைவியைதான் வாழ்க்கையில் முதல்முதலாக முத்தமிட்டவன். பேருந்துகளில் கூட்டத்தின் காரணமாக அழகுப்பெண் முலை முதுகில் பட்டாலும் முகம் சுளிப்பவன். பேருந்துகளில் தினமும் எத்தனை முலைகள் சுளித்துக்கொள்கின்றன? யாருக்காவது தெரியுமா?

இப்படிப்பட்ட டும்முலுவுக்கும் ஒரு நாள் வந்தது.

‘மச்சி என் ஆஃபீஸ்ல வேலை பாக்குற பொண்ணு மத்த எல்லாரையும் விட என்கிட்ட நெருங்கி பழகுது. ஆனா என்னா செய்யறதுன்னு தெரியலை, ஐடியா குடு’ என்றான்.

மற்ற யாரேனும் இப்படி கேட்டிருந்தால், கடுப்பாகி, ‘பேனாவை எடுத்து இடுப்புல குத்து மச்சி, செம ஃபீல் ஆயிடுவா, உன்னை கட்டிப்பிடிச்சிக்குவா’ என கேட்பவர் நம்புவது போலவே சொல்வான் ஊசி. அப்படிக் குத்தி செருப்படி வாங்கியவர்களும் உண்டு.

கேட்டவன் டும்முலு என்பதால், ஊசிக்கு கருணை சுரந்தது. ஆனால் ஊசிக்கு இதெல்லாம் பழக்கமே இல்லை. பெண்கள்தான் ஊசியை முதலில் முத்தமிடுவது போல சிச்சுவேஷன் கிரியேட்

செய்து விடுவான் ஊசி. அது யுனிக்கான மெத்தட், யாருக்கும் சொல்லிக்கொடுக்க முடியாது. டும்முலுவுக்கு என்ன செய்வது என சீரியஸாக யோசித்தான் ஊசி.

அந்த காமன்வுமன் என்விரான்மெண்டில் தன்னை நுழைத்து, அதில் சற்று நேரம் வாழ்ந்தான் ஊசி.

'சரி, உங்கிட்ட இன்ட்ரெஸ்டா இருக்கானு எப்படிச் சொல்ற? உன் கிட்ட கிட்ட வந்து பேசறாளா?'

'ஆமாம் மச்சி.'

'வேணும்னே கை , உடம்பு படற மாதிரி அடிக்கடி நடக்குதா?'

'ஆமா மச்சி.'

'லன்ச் ஷேர் பண்ணிகிட்டீங்களா?'

'ஆமா!'

'உன் பொருளை எடுத்து அவ யூஸ் பண்றாளா? அதாவது, உன் தொப்பியை எடுத்து அவ போட்டுக்கறது, உன் கூலர்ஸை அவ போட்டுப்பாப்பது, இதைப்போல...'

'ஆமா மச்சி, ஆமாம்!'

'சரி, ஷீ ஈஸ் இன்ட்ரெஸ்டட். உனக்கு என்னா பண்ணனும்?'

'அடுத்த கட்டத்துக்கு போகணும் மச்சி.'

'நீ என்னா பண்ணு, அவளை லன்சுக்கு வெளில கூப்பிட்டு போ. பைக்ல போ. ரோட்டை கிராஸ் பண்றப்போ டக்குன்னு கையை பிடிச்சிக்கோ, விடாதே! அவ கையை இழுத்தா விட்டுடு. அவ கையை இழுக்கலைன்னா, கொஞ்ச நேரம் கழிச்சு நீயே விட்டுடு.

அப்புறம், ஆஃபீஸ்ல அடிக்கடி கையை பிடிச்சு பேசு. அவ கையை புடுங்கிக்கிறாளான்னு பாரு. புடுங்க டிரை பண்ணலைன்னாலும் கொஞ்ச நேரம் கழிச்சி விட்டுடு. அவ கை அளவுக்கு அதிகமா

வேர்த்திருந்தா, கொஞ்சம் விட்டுப்பிடி. பயப்படறான்னு அர்த்தம்.

இப்படி ரெண்டு நாளு பண்ணிகிட்டே இருந்து, உன் ரூம்ல தனியா இருக்கும்போது, அவ கையை பிடிச்சிக்கோ. கொஞ்ச நேரம் கழிச்சி இழுக்கிறியா இழுக்கலையான்னு தெரியாத மாதிரி அவளை உன்கிட்ட இழு.

நீ இழுத்ததுக்கு அதிகமா அவளே வருவா. அப்படி வராம அடம் பிடிச்சா கையை விட்டுடு. எங்கயும் மாட்டிக்கக்கூடாது. அவ உன் கிட்ட வந்தா லைட்டா உன் மேல சாய்ச்சிக்கோ .

உடனே முத்தம் குடுத்துடாதே! லவ் யூ சொல்லிடாதே! கையையும் விட்டுடாதே! லைட்டா ஹக் மட்டும் பண்ணி, அவளை திரும்ப ஃப்ரீயா விட்டுடு. திரும்ப கையை பிடிச்சி, அதே போல மேல சாய்ச்சு டூ வைல் லூப் போல செஞ்சிட்டே இரு. நாலு வாட்டி செஞ்சி கன்ஃபார்ம் ஆனதும், கிஸ் பண்ணு' என்றான் ஊசி.

சந்தோஷத்துடன் சென்றான் டும்முலு.

சில நாட்கள் கழித்து டும்முலுவுக்கு போன் போட்டான் ஊசி.

'என்னா மச்சி, என்னா ஆச்சி?'

'தேங்க்ஸ் மச்சி, லன்ச் போனோம். லன்ச் போலாம்னு மொத நாளே சொன்னதால செமையா டிரஸ் பண்ணிட்டு வந்தா.'

'ம்'

'கையைப் பிடிச்சேன், ஒண்ணும் சொல்லலை.'

'ம்'

'அவ்ளோதான் மச்சி, இன்னும் கொஞ்ச நாள் கழிச்சு ஏதாச்சும் செஞ்சிட்டு சொல்றேன்.'

திரும்பவும் சில நாட்கள் கழித்து போன் போட்டான் ஊசி.

'ஆஃபீஸ்லயும் கை பிடிச்சிக்கிறேன் மச்சி, சூப்பரா போயிட்டு

இருக்கு.'

1 வாரம் கழித்து மீண்டும் போன்.

'டேய் டும்முலு ப்ராஜக்ட்ஸ் என்னா நிலைமை?'

'மச்சி, சூப்பரா ஓர்க் அவுட் ஆயிடிச்சு. அடிக்கடி கையை பிடிக்கிறேன். ஒண்ணுமே சொல்றதில்லை. செம எஞ்சாய் மச்சி.'

'இல்லடா, அடுத்த கட்டம்?'

'கொஞ்சம் டைம் குடு மச்சி.'

ஒரு மாதம் கழித்து....

'என்னா டும்முலு?'

'தேங்க்ஸ் மச்சி, செமயா செட் ஆயிடிச்சி. செமையா போயிட்டு இருக்கு. எப்ப வேணா கையை பிடிப்பேன். ஒண்ணுமே சொல்றதில்லை. எவ்ளோ நேரம் வேணா வச்சிட்டு இருக்கேன், ஒண்ணும் சொல்றதில்லை. செம ஜாலியா இருக்கு மச்சி, எஞ் சாயிங் லாட்!'

'டும்முலு, அடுத்த கட்டம்?'

'இல்ல மச்சி, இந்த கையை புடிச்சிட்டு இருக்கறதே...'

போனை கட் செய்தான் ஊசி .

அந்த பெண்ணை நினைத்து உண்மையிலேயே மனம் வருந்தி அழுதான் ஊசி. இனி யாரேனும் ஐடியா கேட்டால், 5 ரூபாய் காயினை பிரேசியருக்குள் போடு, பொண்ணு செம காதலாகிடும் என சொல்ல வேண்டும் என நினைத்துக்கொண்டான்.

செத்துப்போனவன்

குமார் செத்து பல வருஷமாகிறது. குமார் தன் ஐந்து உடன்பிறந்த சகோதரிகளுக்கும் திருமணம் செய்து வைத்துத்தான் செத்துப்போனான். அதில் இரண்டு பேர் குமாரின் அக்காக்கள்.

குமாரின் அம்மா, தான் செத்தபின்புதான் நீ சாக வேண்டும் எனச் சொல்லியதால் குமார் கடிக்க ஏதுமில்லாததால் பல்லைக்கடித்துக்கொண்டு உயிர் வாழ்ந்தான். பல்லை மட்டும் கடித்துக்கொண்டிருந்தால் உயிர் வாழமுடியாது என்பதை தமிழ் கூறும் நல்லுலகு மட்டுமன்றி இலக்கிய உலகுக்கும் எடுத்துரைக்க வேண்டும் என்று கைமுறுக்கு சுற்றி உயிர் வாழ்ந்து கொண்டிருந்ததை டெம்ப்ளேட் இலக்கிய உலகம் கண்டுகொள்ளவில்லை.

தங்கைகளின் குழந்தைகளை படிக்க வைத்தான். தங்கைகளின் குழந்தைகள் ரவுடியாக ஆகி, அவர்களிடம் அடி வாங்கினான்.

தங்கைகளின் புருஷன்களுக்கு உடை எடுத்துக்கொடுத்தான்.

தங்கைகள் அவ்வப்போது அவனை நினைத்து அவனுக்கு தெரிவது போல அழுதனர். அதைப்பார்த்து அவனும் அழுதான்.

அவன் சாகவேயில்லை அல்லது அவன் செத்துப்போனது யாருக்கும் தெரியவில்லை.

மரண வேலைகள்

சாந்தியின் காதலுக்கு சாந்தியின் அப்பா கடும் எதிர்ப்பு தெரிவித்தது சாந்திக்கு ஆச்சரியமாக இருந்தது. நம் காதலுக்கு அவர் எதிர்ப்பு தெரிவிக்கவில்லை, நாம் திருமணம் செய்து கொள்ளத்தான் எதிர்ப்பு தெரிவிக்கிறார் என்று சொல்லி சாந்தியிடம் தொடைக்கு நடுவில் எத்து வாங்கினான் உடாப்பு.

சாந்தியின் தந்தையை அவரது அலுவலகத்தில் சந்தித்து பல மணி நேரம் உடாப்பு பேசியும், அவர் மசியவில்லை. கடைசியாக கடும் அவமானப்படுத்தி, மெதுவாக எழுந்து வந்து, தன் ஷூவை கழட்டி உடாப்பின் கன்னத்தில் மாறி மாறி அடித்தார். உடாப்பு நிலை குலைந்து... வேறு என்ன? நிலை மட்டும் குலைந்தது.

சாந்தியை திருமணம் முடிக்க வேண்டும் என்று தீவிரமாக இருந்ததால், எதிர்வினை ஏதும் புரியாமல், திருமணத்திற்கு பிறகு இவரை பிஞ்ச செருப்பால் தானும் அடிக்கலாம், தன் மகனை விட்டும் அடிக்கலாம் என நினைத்துக்கொண்டே அழுது கொண்டே வெளியேறினான்.

சாந்தியிடம் ஷூ அடி மேட்டரை சொல்லவேயில்லை.

ஒருநாள் சாந்தியின் அப்பாவிடம் இருந்து உடாப்புக்கு போன் வந்தது .

பைக்கில் போகையில் பிரேக் அடிக்கும்போது சறுக்கி கீழே விழுந்து, பக்கத்தில் வந்த மாநகர பேருந்து ஏறி சாந்தி இறந்து விட்டதாக தெரிவித்த சாந்தியின் அப்பா.

'என்னதான் இருந்தாலும் மனசு கேக்கலை, கடைசியா ஒரு தடவை வந்து பாடியை பாத்துட்டு போயிடுங்க' என்றார்.

அழுது கொண்டே வெளியே ஓடிவந்த உடாப்பு, அழாமல் ஆட்டோக்காரரிடம் இடத்தை சொல்லி, ஆட்டோவில் ஏறி அழலானான்.

எப்போதும் மூடி இருக்கும் சாந்தி வீட்டு பங்களாவின் பெரிய கேட் அகலத் திறந்திருந்தது. உள்ளே அமர்ந்திருந்த அனைவரின் தலைக்கு மேலும் சோக ஷாமியானா படர்ந்திருந்தது.

மெதுவாக கேட்டைத் தாண்டி உள்ளே நுழைந்தான் உடாப்பு.

சாந்தியின் தங்கை நித்யாவை, 'கொஞ்ச நேரம் உள்ள போம்மா' என்றார் சாந்தியின் தந்தை.

பேய்த்தாய்

பிரசவம் இன்னும் ஒரு மாதத்திற்கு மேல் ஆகும் என தெளிவாக டாக்டர். மனோன்மணி சொல்லியதால் மனைவியை கிராமத்திற்கு அழைத்து வந்துவிட்டான். அன்று இரவு வந்த வலிகளையெல்லாம் பொய்வலி பொய்வலி எனத் தட்டிக்கழித்தபடி தூங்க முயற்சித்தான்.

தாங்க மாட்டாமல் அழுது கத்தி, டாக்டருக்கு என்னாடா மயிறு தெரியும்? வலி தாங்க முடியலைடா பன்னாடை எனக் கத்தினாள். சாமிடா எல்லாம் சாமிடா என கதறியதும் கொஞ்சம் பயந்தவன், சட்டையை மாட்டிக்கொண்டு காரை எடுத்தான்.

பின் இருக்கையில் மனைவியுடன் இரண்டு பெண்கள். இவன் காரை ஓட்ட இவன் பக்கத்தில் ஜிம்பி சந்திரக்காளி.

கார் பொட்டல் காடுகளினூடே ஓடிக்கொண்டிருக்கையில், நிறுத்துங்க...நிறுத்துங்க... என சன்னமாக மற்ற பெண்கள் கத்த, நிறுத்து, நிறுத்து, நிறுத்துடா! நான் செத்துத்தொலையறேன் என மனைவி கத்தினாள்.

காரை நிறுத்தி விட்டான். காரில் பிரசவம் பார்ப்பது சிரமம்.

ஸ்மால் கார் ! புள்ளைத்தாச்சி என்றும் பாராமல் துணைக்கு வந்த ஒருத்தி இவனின் மனைவியின் ஒரு தொடைமீது அமர்ந்து வர வேண்டியதாகி போய் விட்டது.

ஜிம்பி சந்திரக்காளியிடம், 'அண்ணே! அங்க கிட்டத்துல ஒரு பாழைடஞ்ச வீடு மாதிரி தெரியிதே, அங்க காரை கொண்டு போயிடலாம். அங்க வச்சி பிரசவம் பாத்துக்கலாமா' என்றான்.

'அண்ணே, அது பேய் வீடண்ணே. கன்ஃபார்மா பேய் இருக்கறது எல்லோருக்கும் தெரிஞ்ச விஷயம்' என்றான் ஜிம்பி.

'பேயாவது நாயாவது வண்டியை அங்க விட்றா' என்றாள்.

கார் அந்த வீட்டை நோக்கி செல்கையில், குசுகுசு குரலில் பொறக்கப்போற குழந்தையை பேய் பிடிச்சிரப்போகுதண்ணே என்றான் ஜிம்பி.

அந்த வீட்டுக்குள் மனைவியும், மற்ற பெண்களும் நுழைந்தனர்.

குழந்தை மிகச்சுலபமாக பிறந்தது.

குழந்தை வளர்ந்ததும், மற்ற குழந்தைகள் போல பெரிதாக அம்மா பாசத்துடன் இல்லாமல் எதையோ பறி கொடுத்தது போல தேடிக்கொண்டேயிருந்தது.

அவள்

அவளுக்கு வயது 28. பார்த்தால் 27.9 போலத்தான் இருக்கும். அவளுக்கு கோபம் வருகையில், அவளின் சின்ன உதடுகள் துடிப்பதை அனைவரும் பார்க்கத்தவறுகிறார்கள் என்ற கடுப்பு அவளுக்கு இருக்கிறது. அவளின் ஷாலை இரண்டிற்கு இரண்டு பாத்ரூமில் வைத்து கும்முகையில் சிறகடித்து பறந்த மனங்களையும் சேர்த்து வைத்துத்தான் கும்முவாள்.

அவளின் கற்பை அவள் இடது கையில் மீனுக்கு போடும் பொரி போல வைத்துக்கொண்டு, வலது கையால் மொபைலை நோண்டிக்கொண்டு நடப்பாள். அவளை தூக்கம் தழுவுவதற்கு முன் ஒரு வறட்டுப்புன்னகை தோன்றும்.

அந்தத் தருணத்தில் அவளை யாரேனும் முத்தமிட்டால், விதை தெறித்துச் சாவான்.

சிறுத்தை

எப்போதும் ஊர் சுற்றும் இளம் பணக்கார பிஸினஸ் நால்வர் அணி, அந்த காட்டுப்பகுதிக்கு குறித்த நேரத்தில் செல்ல இயலவில்லை.பிரமாண்டமான எஸ்யூவியில் அனைத்தும் ரெடியாக இருந்தது.

நேரம் தப்பி வந்ததால், வனச்சரக அலுவலகம் பூட்டிக்கிடந்தது.

ஆபிஸர் சொல்லாமல் விடுதி கொடுக்க இயலாது என்று கூறி விட்டனர். நால்வர் அணியில் ஒருவன் கையைப் பிசைந்து நிற்க, இன்னொருவன் பேண்ட் பாக்கெட்டில் கையை விட்டு பிசைந்தபடி நின்றான்.

மஹிந்திரா ஜீப் ஒன்று இவர்களை கடந்து சென்று நின்றது. ஒருவன் மட்டும் ஓடி அந்த டிரைவரிடம் பேசித் திரும்பி, உற்சாகமாக வண்டியைக் கிளப்பினான். 'இங்கிருந்து 4 கிலோ மீட்டர் போனா, லெஃப்ட்ல ஒரு மண் ரோடு பிரியுமாம். அதுல 3 கிலோமீட்டர் உள்ள போனா ஒரு காட்டு பங்களா இருக்காம். அங்க தங்கலாமாம், அது மட்டும்தான் இந்த காட்டு ஏரியாவில் பட்டா உள்ள தனியார் இடமாம்' என்றான்.

பாட்டு போட்டுக்கொண்டு உற்சாகமாக மண்ரோடில் பிரிந்தார்கள். வழியில் யானைச்சாணம் எக்கச்சக்கமாக கிடந்தது.

காட்டு பங்களா, அடர்வனத்துக்கு இடையே தானாக முளைத்தது போன்று பாசி படர்ந்து கிடந்தது.

பங்களாவுக்கு அருகில் செல்லமுடியாமல் ஒரு யானைக் கூட்டம் நின்றுகொண்டு இருந்தது. ஹெட் லைட்டை ஆஃப் செய்தனர்.

ஒரு ஆள், பயமின்றி டார்ச்லைட்டை கோலம் போன்ற ஒரு டிசைனில் ஆட்டிக்கொண்டே இவர்கள் அருகில் வந்து சேர்ந்து, பேசி, இவர்களை அழைத்துக்கொண்டு சென்றார். இப்போதும் அதே போல கோலம் போல ஆட்டிக்கொண்டே சென்றார்.

அனைவருக்கும் அறை ஒதுக்கப்பட்டு, நடு ஹாலில் மதுவை எடுத்து வைத்து கொண்டாட ஆரம்பித்தனர்.

கோல டிசைனில் டார்ச் அடித்தவர்தான் அந்த பங்களா மற்றும் எஸ்டேட்டின் ஓனர். அவர் மட்டுமே அங்கே இருந்தார். வேலைகளையெல்லாம் நாமே செய்து கொள்ள வேண்டும் என்று சொன்னார்.

நான்கு ரவுண்ட் கொண்டாட்டமாக கழிந்ததும், விலங்குகள் பற்றி பேச்சு வந்தது.

'யானை வரும், காட்டுப்பன்னி வரும், மான் கூட்டமே வரும். சிறுத்தை அடிக்கடி வரும். புலி எப்பவாச்சும் வரும்' என்றார்.

'சிறுத்தை அடிக்கடி வருமா?'

'ம், பின்னால ஒரு ஓடை இருக்கு. அங்க போனா தினமும் சிறுத்தை பாக்கலாம்.'

'சிறுத்தை நம்மளை ஒண்ணும் பண்ணாதா?'

'ச்சே ச்சே.., சிறுத்தை மேன் ஈட்டர் இல்லை. நாம ஏதாச்சும் பயமுறுத்தினா மட்டும்தான் நம்மளை தாக்கும். பின்னால ஒரு கொட்டா இருக்கு, சமயத்துல அங்க கூட வந்து படுத்து கெடக்கும். ஒண்ணும் பண்ணாது, என்னை அதுக்கு அடையாளம் கூட தெரியும்.

ஆச்சரியத்துடன், பல கட்ட விவாதத்திற்கு பிறகு டார்ச் லைட்டுடன் சிறுத்தை பார்க்க கிளம்பினர்.

ஓடை சலசலவென ஓடிக்கொண்டு இருந்தாலும் சல சல வென சத்தம் கேட்கவில்லை. எழுதவொண்ணா சத்தத்துடன் ஓடையில் தண்ணீர் ஓடிக்கொண்டு இருந்தது.

'மாப்ள, டாய்லெட் வருதுடா' என்றான் ஒருவன்.

ஓனர் சிரித்துக்கொண்டே, 'அந்த புதர் பக்கம் ஒக்காருங்க' என்றார்.

அவன் கொஞ்சம் தள்ளி அமர்ந்தான், சிகரட் பற்ற வைத்தான்.

சிறுத்தை ஒன்று பாய்ந்து, அவனை முகத்தில் அறைந்து தவ்வி ஏறி அமர்ந்து, குரல்வளையை கடித்து தரதரவென இழுத்துக்கொண்டு சென்றது.

ஒரு செகண்டில் இது நடந்து முடிந்தது. அனைவரும் குதத்தில் ஐஸ் கத்தி சொருகியதைப்போல மரண அமைதியுடன் அந்த காட்சியை பார்த்தவண்ணம் இருந்தனர். போதையில் ஒரே குழப்பமாக இருந்தது.

கண் காது மூக்கு வழியே நட்சத்திரங்கள் உள்ளேயும் வெளியேவும் சென்று வருவதைப்போல இருந்தது.

கிட்டத்தட்ட 20 நிமிடம் கழித்து ஓனர், 'வாங்க, உள்ள போயிடலாம்' என்றார்.

பீதியுடன் அவரை பின்தொடர்ந்தனர்.

மீதி மூவருக்கும் டாய்லெட் வந்தாலும், தங்கள் முழு சக்தியையும் குதத்திற்கு அனுப்பியபடி இறுக்கமாக நடந்து சென்றனர்.

காட்டு பங்களா நெருங்கியதும், ஆசுவாசப்படுத்திக்கொண்டு நின்றனர்.

'என்னா சார், இப்பிடி ஆயிடிச்சு' என ஒருவன்

அழத்தொடங்கினான்.

‘சார், சிறுத்தை மேன் ஈட்டர் இல்லைன்னு சொன்னீங்களே’ என்றான் மற்றொருவன் .

தோட்டத்தில் கொட்டாயில் ஏதோ சத்தம் கேட்டது.

‘நிஜமாங்க, சிறுத்தை மனுஷனை சாப்பிடாது, மேன் ஈட்டர் இல்லைங்க’ என்ற ஓனர், ‘வாங்க... கொட்டாயில ஏதோ சத்தம் கேக்குது’ என்றபடி சென்றார்.

இவர்கள் பின் தொடர்ந்து சென்றனர்.

கொட்டாயில் ஒரு சிறுத்தை ஒய்யாரமாக படுத்து இருந்தது.

ஓனர், ‘பாருங்க, நான் அதுகிட்ட போறேன். அது ஒண்ணும் செய்யாது. ஏன்னா, சிறுத்தை மேன் ஈட்டர் இல்லைங்க’ என்றபடி சிறுத்தை அருகே சென்று அதன் தலையை தடவிக் கொடுத்தார்.

சிறுத்தை சந்தோஷமாக தலையை ஆட்டியது.

‘பாத்தீங்களா? சிறுத்தை மேன் ஈட்டர் இல்லைங்க’ என்றார் மறுபடியும்.

‘போய் படுங்க, மீதியை நாளைக்குப் பாத்துக்கலாம்’ என்றார்.

தற்கொலை

அவன் 13ம் மாடியில் பால்கனி வைக்க இருந்து, சிஎம்டிஏ அப்ரூவல் கிடைக்காததால் மொட்டை மாடியாக இருக்கும் இடத்தில் இருந்து, செத்துத் தொலையலாம் என குதிக்க ஆரம்பித்தான்.

ஒரு எழுத்தாளர், ஒளிந்திருந்து அதைப் பார்த்து எழுத ஆரம்பித்தார்.

அவன் காற்றில் பயணப்பட்டுக் கொண்டிருப்பதை பத்து பக்கத்துக்கு எழுதி முடிப்பதற்குள், அவன் தனது திட்டத்தை மாற்றிக்கொண்டு, வேறு வழியில் அந்த எழுத்தாளருக்குத் தெரியாமல் நிம்மதியாக செத்து தொலைத்தான்.

பாம்!

ஒரு வார பயிற்சிக்குப் பின் அந்த தலைவன், 'இன்றுதான் கடைசி நாள். உங்கள் குடும்பத்திற்கு தேவையான அனைத்தையும் நிறைவேற்றி விட்டோம். நாளை, திட்டமிட்டபடி நீங்கள் வேலையை முடிக்க வேண்டும். இப்போது தலைவரை ஒருமுறை நீங்கள் சந்திக்கலாம்' என்றான்.

பெல்ட் பாமை எடுத்து இருவர் இடுப்பிலும் பொருத்தினான். ரோஸ் கலர் பட்டனைக் காட்டி 'இதை அமுக்கி, பின் இந்த கம்பியை இழுத்தால் வெடிக்கும், ஞாபகம் இருக்கிறதா' என்றான்.

'ஞாபகம் உள்ளது. ஆனால் ஒரு சந்தேகம்' என்றான் ஒருவன்.

'என்ன?'

'அந்த அரசியல் தலைவரை கொல்ல ஒரு ஆள் போதுமே? ஏன் இருவரையும் ஒன்றாக அனுப்புகிறீர்கள்'.

'கடைசி நேரத்தில் ஒருவருக்கு மனம் மாறினாலும், பின்னால் இருக்கும் இன்னொருவர் செயல்படுத்தவேண்டும் என்பதற்காக இருவரை அனுப்புகிறோம். இந்த ஏற்பாடு இருப்பது தெரிந்தால் முதல் ஆளுக்கே மனம் மாறாது, அவரே வெடிக்க வைத்துவிடுவார். தலைவருக்கு எதிலும் துல்லியமாக இருக்க வேண்டும்.'

இருவரும் தலைவர் இருக்கும் இடத்திற்கு அழைத்துச் செல்லப்பட்டனர்.

தலைவர் ஒல்லியாக கெச்சலாக இருந்தார். தேநீர் கோப்பையை அவர் கையால் வழங்கினார். பாதுகாவலர்கள், நவீன ரக துப்பாக்கியுடன் தலைவருக்கு பாதுகாப்பு அளித்துக்கொண்டு இருந்தனர். தலைவரும் தேநீரோடு சேர்ந்து அந்த பாதுகாப்பையும் பருகியபடி இருந்தார்.

திடீரென இருவரில் ஒருவன் ரோஸ் பட்டனை அமுக்கி, அந்த கம்பியைப் பிடித்து இழுத்தான். பாம் வெடிக்கவில்லை.

தலைவர் சரேலென தன் துப்பாக்கியை எடுத்து அவனை சுட்டார். சுட்ட அதிர்ச்சியை விட, பாம் வெடிக்காத அதிர்ச்சியை முகத்தில் அதிகமாக வெளிக்காட்டியபடியே சர்க்கென விழுந்தான்.

தலைவர் சிரித்தபடியே, 'ஒழுங்கான ஆட்களை தேர்வு செய்யத் தெரியாதா?' என கடிந்து கொண்டே, 'நாங்க என்ன லூஸா? பாமில் ஒரு கனெக்ஷன் இன்னும் கொடுக்கவில்லை. கடைசி நேரத்தில்தான் கொடுப்போம். வெட்டிச்சாவு' என்றார், கீழே கிடந்தவனை அலட்சியமாக பார்த்தபடி.

இன்னொருவன், ரோஸ் பட்டனை அமுக்கி, அந்த கம்பியை இழுப்பதற்கு ரெடியாக அதில் கையை வைத்தான்.

'ஏய் ஏய், இழுத்துடாத' என பதறினார் தலைவர். பாதுகாவலர்கள் ஓட்டம் பிடித்தனர்.

மனைவி

'சார், ஸாரி சார், உங்க பொண்டாட்டி செத்துட்டாங்க சார்' எனத் தயங்கிக்கொண்டே, சரளமாக ஏக் தம்மில் சொல்லி முடித்தான் போனில்.

பைக்கை ஓரங்கட்டினேன். சைட் ஸ்டாண்ட் போட்டேன். லைம் ஜூஸ் குடித்தேன். தம் அடித்தேன். அழுவேன்.

கிளாஸ்

சிங்கிள் கிச்சன் ரூமில் தனியாக வாழ்ந்துகொண்டிருந்த அவள், இடப்பற்றாக்குறையால் டாய்லெட்டில் இருக்கும் கண்ணாடி பொருத்திய ஒரு பிளாஸ்டிக் டப்பாவுக்குள் அவள் தினமும் குடிக்க உபயோகப்படுத்தும் கிளாஸை வைப்பாள்.

தினமும் மாலையும் இரவும் புணரும் வேளையில் சிகரெட் பிடித்துக்கொண்டே, வெஸ்டர்ன் டாய்லெட்டில் அமர்ந்து 37 டிகிரி தலையை சாய்த்து யோசித்தபின் முகத்தை அலம்பி துண்டை எடுத்து அழுந்த துடைத்த பின்பு அந்த பிளாஸ்டிக் டப்பாவைத் திறந்தால் அந்த கிளாஸ் உடனே கீழே விழுவது போல வெளிவரும். லாவகமாகப் பிடித்து விடுவாள். கொஞ்சம் புஷ்டியான கிளாஸ்.

தினமும் அவள் எடுக்கிறாளே தவிர, எப்போது எப்படி உள்ளே வைக்கிறாள் என அவள் அறிந்தாளில்லை.

இந்த அறைக்கு வந்ததில் இருந்து ஒருநாள் தவறாமல் டாய்லெட்டில் இருக்கும் அந்த பிளாஸ்டிக் கண்ணாடி டப்பாவை திறந்தால், அந்த கிளாஸ் விழுவது போல வெளிவருவதுதான் ஜெனரல் கண்டிஷன் ஆஃப் தி ஈக்குலிபிரியம் ஆஃப் தட் சிங்கிள் கிச்சன் ரூம் செட்டப்.

இன்று...

கதவைத்திறந்தால் கிளாஸைக் காணோம். நொந்து விட்டாள் அவள். அவளுக்கு ஒன்றுமே புரியவில்லை.

எப்படியோ, சரக்கை கஷ்டப்பட்டு கிளாஸ் இல்லாமலேயே குடித்தாள்.

மறுநாள், மாலையும் இரவும் புணரும் வேளையில் டாய்லெட்டில் அமர்ந்து 39 டிகிரி கோணத்தில் முகத்தை திருப்பி யோசித்து, முகத்தை அழுந்த அழுந்த துடைத்துக்கொண்டு வந்து அந்த முகம் பார்க்கும் கண்ணாடி இருக்கும் பிளாஸ்டிக் டப்பாவை வேகமாகத் திறந்தாள்.

புஷ்டியான கிளாஸ் கீழே விழுந்து நொறுங்கியது.

பறத்தல்

மும்பையில் தரையிறங்கிய விமானம் இறங்கி ஓடி, சிலர் சீட் பெல்டையும், சிலர் மொபைல் போனையும் ஆன் செய்ததும் மீண்டும் டேக் ஆஃப் ஆனது.

அழகாக டேக் ஆஃப் ஆகி ஸ்டைலாக 45 டிகிரி வளைந்து விர்ரென ஒரு சுழற்று சுற்றி மும்பை விளக்குகளுக்கு பை பை சொன்னது.

பயணிகள் கேள்வி கேட்டது, ஏர்ஹோஸ்டஸ் மிரண்டது, க்ரவுண்ட் கண்ட்ரோல் அலறியது எதுவும் இந்த கதைக்குத் தேவையில்லை.

பைலட்டுக்கு வந்த ஒரு எஸ் எம் எஸ்ஸை கதையின் கடைசியில் பார்க்கலாம். கண்டிப்பாக கதையின் கடைசி வரும்.

1எ, 1பி ,1சி ,1 டி ,1இ க்கு வாழ்க்கையில் ஏதும் மாறுதல் இல்லை.

1 எஃப் வெளிநாட்டு விமானத்தை தவற விட்டார்.

மாற்றம் இல்லாதவர்களை கண்டு கொள்ள வேண்டாம்.

2 சி 1 கோடி அளவிலான பிஸினஸ் அவுட்.

11 டி மனைவியை கடைசியாக உயிரோடு பார்க்க முடியவில்லை.

23 ஏ மனைவிக்கு கள்ளக்காதலன் இருப்பதை தேவையில்லாமல் தெரிந்து கொண்டார்.

28 சி இனி அவளால் தன் ஆதர்ஸ நாயகனோடு உறவே கொள்ள முடியாது.

30 பி குழந்தை இரவு முழுக்க அழுது கொண்டேயிருக்கும்.

31 ஈ செத்துப்போய்விடுவார்.

சின்னச் சின்ன மாற்றங்களை பெரிதாக எடுத்துக்கொள்ளவில்லை இந்த கதை. இந்த கதைக்கு அவ்ளோதான் புத்தி.

முக்கியமாக பைலட்டை மறந்து விட்டோம்.

பைலட் : வேலை போய் விடும். அரெஸ்ட் ஆகலாம்.

பைலட்டுக்கு வந்த எஸ்எம்எஸ்.

நித்யா: ஐ ஃபீல் லைக் ஃப்ளையிங் டூ மை ஐலேண்ட், கேன் யூ ஃப்ளை மை ஃப்ளைட்?

ரயில்

இரவு 1.30 என்பது ரயில்வே அட்டவணைப்படி காலை 1.30. ஏதோ ஒரு 1.30 ரயிலைப்பிடிக்க இரவு 11.59க்கு ரயில் நிலையத்திற்கு வந்தவன் உள்ளே நுழையாமல் வெளியேயே (யேயே) கடைசியாக லாஜிக்குக்கு ஒத்துவராத ஒரு சிகரெட்டை பிடித்தான்.

ரயில் நிலையத்திற்கு வெளியே ஜெகஜ்ஜோதியாக இருந்தது. இவர்களெல்லாம் எப்போது தூங்குவார்கள்?

சிகரெட்டை கீழே போட்டு அணைத்து விட்டு, இரண்டு தப்படி தாண்டி , திரும்பவும் வந்து ஸ்டிக்கர் பொட்டு போல எரிந்து கொண்டிருந்த நெருப்பை ரசித்து செருப்புக்காலால் தேய்த்த போது மீதமிருந்த புகையிலை கற்பிழந்தது.

ரயில் நிலையத்தினுள் நுழைந்தான். கதவில்லாமல் நுழைவதற்கு இது போன்ற சில பொது இடங்கள் இருந்து, நுழைதல் என்ற வார்த்தையையே கேள்விக்குறியாக்கியது போலப் பட்டது.

Y, Z, h, L, V என்ற ஆங்கில எழுத்துக்கள் போல பல உயிருள்ள மனிதர்கள் ஒரு நியதியாக தூங்கிக்கொண்டு இருந்தனர்.

சிலர் ரயிலுக்காகவும், பலர் தூக்கத்துக்காகவும், சிலர் அந்த

இரவை கொல்லவும் தூங்கிக்கொண்டு இருப்பதாகப் பட்டது அவனுக்கு.

தன்னுடைய பையை கீழே வைத்துவிட்டு தானும் கீழே அமர்ந்தான்.

ஒரு நீண்ட ரயில் (ஹாஹா) அந்த ரயில் நிலையத்தில் வந்து நின்றது. யாரும் ஏறவில்லை. தூங்குபவர்களிடம் ஒரு சலனமும் இல்லை. யாரும் இறங்கவில்லை. ரயிலினுள் தூங்குபவர்களிடம், கீழே தூங்குபவர்களை விட கொஞ்சம் சலனம் இருந்தது.

அந்த ரயில் கிளம்பிச் செல்கையில் கடைசி பெட்டியிலிருக்கும் கார்டின் பார்வையை சந்தித்தான். அவருக்கு படு ஆச்சரியமாக இருந்தது.

எந்த இளம்பெண்ணும் வந்து இவனின் ரயிலுக்காக காத்திருக்கவில்லை.

தூங்கிக்கொண்டு இருக்கும் இளம் பெண், தன் கணுக்காலை சொறிந்து கொண்டு, மீண்டும் பாவாடையை இழுத்து விட்டாள். இவள் தூங்குகிறாளா? சொறிந்து கொள்கிறாளா?

மல்லாக்கப்படுத்திருக்கும் பெண், தொப்புள் காட்டிக்கொண்டு இருக்கும் பெண், பிருஷ்டத்தை மெல்லிய உடையால் மறைத்தபடி அழகு சேர்த்துக்கொண்டு முதுகில் கொசுக்கள் குடியிருக்கும் பெண், இவர்களையெல்லாம் அவன் பார்த்தபடி இல்லை.

இவனின் பயணம் முடிந்த பின் இவனுக்கு இவைகளெல்லாம் நினைவுக்கு வருகிறது.

இவன் ரயில் மிகத்தாமதமாக வந்தபோது இவனும் முக்கால் தூக்கத்தில் இருந்தான். இவன் கோச் திறந்திருக்கவில்லை. ரயில் ஒரே நிமிடத்தில் கிளம்பிவிட்டது. இவன் வேர்க்க விறுவிறுக்க ஓடி நான் ஏசி கம்பார்ட்மெண்டில் ஏறி, கிட்டத்தட்ட அரை மணி நேரம் கம்பார்ட்மெண்டை கடந்து கடந்து தன்னுடைய இரண்டாம் வகுப்பு ஏசிக்கு வந்தான்.

டாய்லெட்டுக்குள் நுழைந்து தம்மடித்தான். போர்வை கொடுக்கும் ஆள் டாய்லெட்டுக்கு பக்கத்தில் இருக்கும் ஒரு மடக்குப் படுக்கையில் குறட்டை விட்டுக்கொண்டு இருந்தான்.

தன்னுடைய படுக்கையைத் தேடி அடைகையில், அங்கே ஒரு பெண் படுத்திருந்தாள். போர்வை போர்த்தியிருந்தாள்.

‘எக்ஸ்க்யூஸ் மீ, இது என்னுடைய படுக்கை. எழுந்திருங்கள்’ என்று சொல்வதற்கு தன்னை தயார்படுத்திக்கொண்டு அவளின் போர்வையை தலையில் இருந்து இழுத்தான்.

அவள் கழுத்தில் கத்தி சொருகி இறந்து கிடந்தாள். அல்லது கத்தி சொருகியும் உயிரோடு இருந்தாள்.

தன்னுடைய லக்கேஜை சிரமப்பட்டு பெர்த்துக்கு கீழே வைத்தான். அவளின் உதட்டில் முத்தமிட்டான். மேலே ஒரு பெர்த் காலியாக இருந்தது. எப்போது ஏறினான், எவ்வளவு நேரம் தூங்கினான் என தெரியாது.

திரும்ப எழுந்து, அடுத்த கம்பார்ட்மெண்டில் டாய்லெட் போய் தம்மடித்து திரும்பி, தண்ணீர் பாட்டில் எடுத்து குடித்து, அவளைப் பார்த்து பின் முத்தமிடாமல் ரயிலை நிற்க வைக்க இருக்கும் சங்கிலியை பிடித்து இழுத்தான்.

ரயில் நிற்காமல் ஓடிக்கொண்டு இருந்தது.

தேவி

‘திருமணமாகி இரண்டே மாதங்களில் போரா? உங்கள் தந்தை பக்குவமானவர் என்றல்லவா நினைத்திருந்தேன்?’

‘தந்தை பக்குவமானவர்தான் தேவி. தேடிச்செல்லும் சண்டை அல்ல இது. வம்பிழுத்தவர்களை விரட்டியடித்து வம்பிழுக்க நினைப்பவர்களுக்கும் மரண பயத்தை உண்டாக்குவதை நோக்கமாக கொண்டது.’

‘பேசித்தீர்க்க முடியாதா?’

‘ஹாஹா, நம் சண்டையையே பேசித்தீர்க்க முடிந்ததில்லையே’ என்று கூறி மீசையை முறுக்கிக்கொண்டே கண்ணடித்தான் இளவரசன்.

‘பேசித்தீர்க்க முடியாமல், அணைத்தும் முத்தமிட்டும் காமத்தால் தீர்த்துவிட்டதாக நினைத்துக்கொண்டுள்ளீர்கள். தீர்க்கப்படவில்லை இளவரசா, மனதுள் அமுங்கிக்கிடக்கிறது. காமம் அதை தற்காலிகமாக மறக்கடிக்கிறது அல்லது மழுங்கடிக்கிறது. பேசித்தீர்க்க வேண்டியதை பேசி மட்டுமே தீர்க்க முடியும். வேறு எந்த மார்க்கத்தில் தீர்த்தாலும் , பிரச்சனை மீண்டும் வெடிக்கும்.’

‘ஆஹா...தேவி, உன்னிடத்தில்தான் என்ன ஒரு தெளிவு? இந்த போர் முடிந்ததும் நம் தலைமை அமைச்சரை மாற்றிவிட்டு, உன்னை அமைச்சராக்க தந்தையிடம் பேசுகிறேன்.’

‘சரி, அளந்ததெல்லாம் போதும், நானும் உங்களுடன் போருக்கு வரட்டுமா?’

‘ஐயோ! ஏன் இந்த விபரீத புத்தி தேவி?’

‘இல்லை, உங்களை வீரர் என்று பலர் சொல்லிக் கேள்விப்பட்டுள்ளேன். தங்கள் வீரத்தையும், நீங்கள் போரிடும் விதத்தையும் நேரில் காண ஆசை.’

இளவரசன் மகுடன், தேவியை நெருங்கிச்சென்று இடையை மறைத்துக்கொண்டிருந்த உடையை நெகிழ வைத்து இடைக்குள் கையை நுழைத்து மென்மையாக அணைத்துக்கொண்டான்.

‘தேவி, நீ போர்க்களத்தில் இருந்தால், என் கவனமெல்லாம் உன் மீதுதான் இருக்கும். உனக்கு ஏற்றார் போல சண்டை இட நேரிடும். வெறி ஏறி எதிரியின் கழுத்தை அறுக்கும்போது என் முகத்தை கண்டு நீ என்னை வெறுக்கவும் கூடும். இது விளையாட்டு அல்ல, போர்’ என்றான்.

‘நானும் வருகிறேன், என்னால் இங்கு இருக்க முடியாது’ என்று துவண்டு போய் கெஞ்சலாக கூறினாள்.

‘எனக்கு அங்கு என்ன வேண்டுமானாலும் நடக்கலாம் தேவி.’

‘தெரியும்.’

‘என் உயிரே கூட போகலாம்.’

‘தெரியும். என்ன ஆயிற்று என தெரியாமல் பதைபதைப்போடு இங்கே உட்கார்ந்து கொண்டு இருக்க வேண்டும். தூதுவன் வருவதைப்பார்த்தாலே நடுங்கிகொண்டு எதிர்கொள்ள வேண்டும். எதற்கு இந்த வேதனை? உங்கள் உயிர் போகவேண்டுமெனில் என் கண்ணெதிரே போகட்டும். நானும் வருகிறேன்.’

‘தேவி, சொன்னால் கேட்க வேண்டும். பிடிவாதம் பிடிக்கக்கூடாது. நீ நினைப்பது போல அல்ல போர்க்களம்.’

.

.

.

.

‘டேய்... என்னையும் கூட்டிட்டு போடா, ப்ளீஸ்.’

பியர்

இது சயின்ஸ் ஃபிக்ஷன் கதை அல்ல.

தண்ணீர் கிடைக்கவில்லை என்பதற்காக ஓட்டை போட்டு போட்டு தண்ணீரும் கிடைக்கவில்லை, எண்ணையும் கிடைக்க வில்லை. வாயுவும் கிடைக்கவில்லை. அந்தக் கிராமத்தில் பெரும் பணக்காரன் என்பதால் கடைசி வரை ஓட்டை போட்டுக்கொண்டேயிருக்க முடிந்தது. அது எந்த லாஜிக்குக்கும் ஒத்துவராத ஒரு ப்ராஸஸாக இருந்தது. கடைசியில் ஓட்டை போடுவது முடிந்து வெட்டவெளியில் போய் முடிந்தது.

அந்த ஓட்டையில் ஒரு கல்லை தூக்கிப்போட்டால், கல் குழம்பியது. புவியீர்ப்பு சக்திக்கு கட்டுப்பட்டு எங்கே போய் விழுவது எனத்தெரியவில்லை. பூமிக்கு நடுவில் ஓட்டையில் நிற்பதா அல்லது ஓட்டை வழியே வெளியேறி பூமியை விட்டு வெளியேற முடியுமா என்றே கல்லுக்குத் தெரியவில்லை.

அந்த ஓட்டையின் முடிவில் இருக்கும் ஒரு நாடோடி, அந்த ஓட்டையில் ஒண்ணுக்கு அடித்தான்.

ஓட்டை போட்ட பண்ணையாரின் மகன் டாஸ்மாக்கில் வாங்கிய வார்ம் பியரை அந்த ஓட்டையில் போட்டான்.

இரண்டு வருடம் கழித்து காலி பியர் பாட்டில் மூத்திர நாத்தத்தோடு வந்து விழுந்தது.

இடி

வரிசையில் செல்லுகையில், இடித்துக்கொண்டு இருப்பது பெண் என்று மட்டுமே தெரிகிறது. என்ன வயது, எப்படிப்பட்டவள் என்று ஏதும் தெரியவில்லை. இதமாக இருக்கிறது. அவனோ, இறைவனை பார்க்கச் சென்றுகொண்டு இருக்கிறான். இறைவன் சித்தம் என்று நினைத்தாலும் இடிப்பதற்கு முக்கியத்துவம் கொடுக்கவேண்டுமா, இறைவனை காண்பதற்கு முக்கியத்துவம் கொடுக்கவேண்டுமா என்ற போட்டியில் இறைவனே வென்றான். இறைவன் வென்றது அந்த ஒரு கணம் மட்டும்தான் என அவன் நினைத்துக்கொண்டு இருக்கிறான்.

பொண்ணு பார்ப்பு

பொண்ணு பார்க்க ஆனந்த் அல்லது சேகர் குடும்பம், கும்பகோணம் அல்லது செங்கல்பட்டு வந்தது. பொண்ணு வீட்டிலேயே அக்காமடேஷன் ஏற்பாடு செய்யப்பட்டு இருந்தது.

ஆனந்த் அல்லது சேகர் ஃப்ளாஷ்பேக், படிப்பவர்களுக்கு ஒன்றும் த்ரில்லை ஏற்படுத்தாது.

பொண்ணு என்று சொல்லப்படும் நித்யாவின் ஃப்ளாஷ் பேக்கும் பெரிதாக த்ரில்லை ஏற்படுத்த வல்லது அல்ல.

ஸாரி, நித்யா அல்லது சாந்தி என்று இருக்க வேண்டும்.

ஏற்பாடு செய்யப்பட்டு இருந்தது அல்லவா? என்ன? பொண்ணு பார்ப்புதான்.

அங்கே, புதிதாக ஒரு ஹீரோ ஹீரோயின் தோன்றினார்கள். என்ன செய்தார்கள்? வேறு என்ன செய்வார்கள்? முத்தம் கொடுத்து, முலையை கசக்கி, ஃபக் செய்யவில்லை.

கல்யாணம் நிச்சயக்கப்படவில்லை. கல்யாணம் எப்போதாவது நிச்சயிக்கப்படட்டும். அடிக்கடி பொண்ணு பாருங்க!

கார்ப்பரேட்

மேடம், வேலைக்கு சேர்ந்த நாள் முதல் உங்களை பார்த்துக்கொண்டிருப்பதையே முழுநேர வேலையாக செய்து கொண்டிருக்கிறேன். உங்களை வாரத்திற்கு ஒரு முறை அல்லது மாதத்திற்கு ஒருமுறைதான் பார்க்க முடிகிறது. என்னைப்போலவே பலரும் சீரியஸாக அவரவர் வேலையை முழு அர்ப்பணிப்போடு செய்வதாலேயே நம் கம்பனி இந்தியாவில் டாப் 10 கம்பனிகளுள் ஒன்றாகவும் ஃபார்ச்சூன் 500 கம்பனிகளில் ஒன்றாகவும் பரிணமிக்கிறது.

பல பணக்கார சீமாட்டிகளை நான் பார்த்திருக்கிறேன். அவர்களுக்கு புட்டம் மிகப்பெரியதாக இருக்கும். அவர்கள் அதை தூக்கிக்கொண்டு நடப்பதே அவர்களுக்கு கடுமையான உடற்ப யிற்சி. இருப்பினும், அவர்கள் எப்போதும் ஸ்லிம் ஆவதில்லை என்பதே மிகப்பெரிய லாஜிக்கல் குழப்பமாக இருக்கும் எனக்கு. அவர்களின் லிப்ஸ்டிக் அவர்களின் முகம் முழுதும் பூசப்பட்டு இருப்பது போல தோன்றும் எனக்கு. அவர்களின் செயற்கையான புன்னகையின் ஊடாக கண் காது மூக்கு என எங்கேயும் இந்த வாக்கியத்தில் கமா போடாதது போல கோரைப்பற்கள் உருவாகி ரத்தம் சொட்டாமல் வறண்டு இருக்கும்.

அவர்கள் எப்போதும் தங்கள் அப்பாவுடன் போஸ் கொடுத்துப்

பார்த்ததில்லை.

நீங்கள் டீசண்ட் மேடம்.

அளவான, உறுத்தாத மார்பகமும் நடக்கும்போது நடனமாடாத தங்களின் பின்னழகும் சற்றும் காம உணர்வை கொடுக்காமல் எங்களை கமாண்ட் செய்து கொண்டிருக்கின்றன.

நிறுவனத்தின் முகப்பில் தாங்கள், தங்களின் வெற்றி பெற்ற தந்தை மற்றும் அவரின் ஸ்காட்ச் விஸ்கி தொப்பையோடு சரிந்து சிரிக்கும் போஸ்டர் ஆயிரம் கதை சொல்கிறது. உங்களுக்கு ஊதாரி உருப்புடாவெட்டி அண்ணன் ஒருவன் இருக்கிறான், தந்தைக்கு சில தொடுப்புகள் உள்ளன மற்றும் அவர்களால் பல சிக்கல்கலும் உள்ளன என்பது அதில் சில கதைகள்.

நீங்கள் எவ்வளவு பிஸியாக இருந்தாலும், இந்த லெட்டரில் உள்ள தவறைக் கண்டுபிடித்து, சகித்துக்கொள்ளாமல் என்னை அழைத்து திட்டுவீர்கள் என்றே ஆயிரம் கதைகள் என்று எழுதாமல் ஆயிரம் கதை என சென்ற பத்தியில் எழுதியுள்ளேன்.

உங்கள் கையொப்பம் இட்ட ஒரு செக்கை ஒருமுறை காண நேர்ந்தது. குடிபோதையில் நண்பனிடம் உளறினேன், நித்யா மேடம் உடல் முழுக்க கம்பனியும் மேனேஜ்மெண்டும் ஓடுகிறது, இந்தச் செக்கில் கையொப்பம் இட்டது அவரின் மார்பகமாக கூட இருக்கலாம் என்று.

டேக் ஆஃப்

இதெல்லாம் ஓகே, பட் பிரச்சனை இன்னும் பெருசாகும் என்று யார் சொன்னார் என்பது தெரியவில்லை.

கடல் அலைகள் கடற்கரையில் யாரும் இல்லாததால் வேலை செய்யாமல் தூங்கிக்கொண்டு இருந்தன. ஏரிபோல கடல் காட்சி அளித்தது. கடல் அலைகள் இப்படி ஓய்வெடுப்பது இந்த உலகில் விஞ்ஞானிகள் உட்பட யாருக்கும் தெரியாது. யார் தலையாவது தெரிய ஆரம்பித்தால் உடனே அலைகளும் கிளம்பிவிடும்.

நள்ளிரவில், தனியாக ஸ்கூபா டைவிங் முடித்து கடல் அலைகள் எதிர்பாராமல் மேலே வந்த நித்யா அலைகள் இல்லாததை கண்டு மிரண்டு போய் பார்க்கையில், திடீரென கரண்ட் வந்து இயங்கும் தொழிற்சாலை போல அலைகள் எழ ஆரம்பித்தன.

கரைக்கு வந்த நித்யா கண்ணை மூடி மூடித் திறந்தபடி இருந்து பார்த்தாள். அலைகள் அடித்தபடியே இருந்தன. அலைகளா கொக்கா ?

குழம்பிப்போய் நித்யா எழுந்து நடக்க எத்தனிக்கையில், ஒரு அலை மட்டும் கரையை தாண்டி சுழன்று வந்தது. நித்யாவின் காலடியில் கிடப்பதற்கு அது என்ன 21 ம் நூற்றாண்டு காதலனா?

நித்யாவின் மார்பு வரை பொங்கிச் சுழன்று கொண்டு இருந்தது.

பிரச்சனை பெருசாகாம இருக்கணும்னா என்னா செய்யறது என்று யார் கேட்டார் என்றும் தெரியவில்லை.

பிப்பீப்பீ

அமைதியாய், அந்த கார்பரேட் கம்பனி சூன்யமாய் வேலை பார்த்த வண்ணம் இருந்தது. பார்க்கிங் செய்த அனைவரையும் கொஞ்சம் முன்னே பின்னே நகர்த்தி பார்க் செய்யச் சொல்லியபடி இருந்த செக்யூரிட்டியை விடக் கேவலமாக வேலை பார்த்த வண்ணம் இருந்தனர் மற்ற வேலையாட்கள்.

நித்யாவின் கார் உள்ளே நுழைந்தது.

இரண்டு பத்தியை முழுங்கிய பின்பு நித்யா தன் அறையில் சென்று அமர்ந்தாள்.

சயனைட் குறுங்கதைகள் என்பதால் அந்த இரண்டு பத்தியை படிக்க நேரிடாமல் இந்த ஒரு வரியை படிப்பதோடு, ஸாரி, இரண்டு வரியை படிப்பதோடு தொல்லை தீர்ந்தது வாசகர்களுக்கு.

ஆண்களைப்போல பிளேசரை அவிழ்த்து சேரில் போடாமல், என்ன செய்வது எனத் தெரியாமல் ஒரு பட்டனை மட்டும் அவிழ்த்தாள் நித்யா.

நித்யாவை சந்திக்க 3 + 4 + 14 + 38 பேர்கள் வெவ்வேறு படிநிலைகளில் காத்துக்கொண்டும் பேசிக்கொண்டும் இருந்தனர்.

ஒரு பேங்கர் மட்டும் வந்து 32 கோடி ரூபாய் லோனை

பவ்யமாக சேங்ஷன் செய்து விட்டு சென்றான்.

11 மணி ஆயிற்று.

எல்லோரும் டீ குடித்து விட்டு வந்து தத்தம் இருக்கையில் அமர்ந்தனர்.

நித்யா இண்டர்காமில் அழைத்து யாரையும் அனுமதிக்க வேண்டாம் என்று சொல்லி விட்டு ரெஸ்ட் ரூம் சென்றாள்.

அவள் மட்டும் பயன்படுத்தும் அந்த ரெஸ்ட் ரூம் படு சுத்தமாக இருந்தது.

ரெஸ்ட் ரூமில் இருக்கும்போது, அமைச்சரின் அப்பாயின்மெண்ட் கேன்ஸல் என்று தகவல் வந்ததை சிரமப்பட்டு அட்டெண்ட் செய்தாள்.

தன் அறையில் தவிர்க்க இயலாமல் இரண்டு நபர்களை சந்தித்தாள். லெட் யூ நோ என்றாள்.

கையெழுத்து போடுவதற்காக பல டாக்குமெண்டுகள் குவிந்திருந்தன. கையெழுத்துப் போடுவதற்கு ஒரு எனர்ஜி தேவை என நம்புகிறவள் நித்யா.

எழுந்து வெர்டிகல் ப்ளைண்ட்ஸை லைட்டாக விலக்கி அலுவலகத்தைப் பார்த்தாள்.

செமையாக அலுவலகம் இயங்கிக்கொண்டு இருந்தது.

ஒவ்வொருவர் தலையிலும் 40000, 50000, 70000, 90000 என போர்டு வைத்திருப்பது போல தோன்றியது நித்யாவிற்கு.

இன்று கம்பனியில் இரண்டு மீட்டிங் இருக்கிறது என்று டிஜிட்டல் ரிமெம்பரை தாண்டி நித்யாவிற்கே தெரிந்தது.

நித்யாவின் பிஏ சாந்தி உள்ளே நுழைந்து, மேம் லன்ச் ஆர்டர் பண்ணிடட்டுமா? என்றாள்.

பணம் இருக்கா என்று கேட்டுச் சிரித்தாள் நித்யா.

கணக்கு

நாம் பறக்கும் தட்டு என நம்பும் ஒன்றின் மூலம் அவழ் வந்து கோடியக்கரையில் இறங்கினாழ் (இங்க ழ் குடி இல்ல).

இங்கு இருக்கும் காம்ப்ளெக்ஸான சிஸ்டம் மூலமாகவே, தொடர் ஃபைல் நகர்த்தலின் விளைவாக அவழ் நாஸாவில் ரிப்போர்ட் செய்ய வைக்கப்பட்டாழ்.

ஓபாமாவும் சிறப்பு விருந்தினராக வந்திருந்தார்.

அவழ் கேட்டாழ், நான் எய்ன்ஸ்டீனை பார்க்க விரும்புகிறேன்.

எல்லோரும் நகைத்தனர்.

அவழ் சொன்னாழ், எங்க ஊர்ல நான் ரவுடி, ஆனால் கணக்கில் கொஞ்சம் வீக்.

ஸ்கர்ட்

கதாசிரியர் கற்பனைக் குறிப்பு: பேண்டி அணியாமல் உள்பாவாடை அணிந்து மேலே கொசுவம் வைத்துப் புடவை கட்டி, டவுன் பஸ்ஸை பிடிக்க ஓடும் பெண்ணை உள்பாவாடை தடுத்ததில்லை அல்லது அவள் குறிப்பிட்ட அடி தூரத்தில் குறிப்பிட்ட நேரத்தில் உள்பாவாடைக்குள் காலை வேக வேகமாக மாற்றி வைக்கப் பழகியிருக்கிறாள்.

உண்மையான கதைக்கரு: முட்டிக்காலுக்கு மேலே இருக்கும் ஃபார்மல் ஸ்கர்ட்டுக்கு பின் பக்கம் ஒரு கிழிசல் இருந்தும் அவர்கள் ஓடுவதில்லை. ஓட தேவை ஏற்படுவதில்லையா? இதுதான் தாராளமயமாக்கப்பட்ட பொருளாதாரத்தின் பின் விளைவா?

கதை: நித்யா காரின் பின்பக்க சீட்டில் காலின் மேல் காலைப் போட்டு அமர்ந்திருக்க, கீழே கேமரா வைத்து அவளின் ஸில்கியான தொடையை காட்டுவது போன்ற ஷாட் வைக்க வாய்ப்புள்ளதால், இந்தக் கதை ஜஸ்ட் சயனைட் குறுங்கதையாக மட்டுமே வருகிறது. நோ சினிமா ரைட்ஸ்.

நித்யா, டிரைவர் சீட்டில் அமர்ந்து காரை ஓட்டிக்கொண்டு இருந்தாள்.

ங்கொய்யால 1: ங்கோத்தா பின் சீட்ல ஒக்காந்தா ஓட்டுவாங்க?

ங்கொய்யால 2: டிரைவர் சீட்டில் அமர்ந்து, பின்ன காரை தொடைச்சிகிட்டா இருப்பா? (டிரைவர்தான் தூங்கிகிட்டு இருப்பான், கமெண்ட் போட ரெடியாகும் புத்திசாலிகளே)

ங்கொய்யால 3: டிரைவர் சீட்ல படுத்துகிட்டா அல்லது நின்னுகிட்டா காரை ஓட்டுவாங்க?

ங்கொய்யால 4: போதும், கதைக்கு வா.

காரை விட்டு இறங்கும்போது, அந்த பின்பக்க கிழிசல் உதவியது. இறங்கி, அளவான ஹீல்ஸோடு சிக் சாக் சிக்காக் சாக், சிக்காக் சாக் சிக் சிக் சாக் என நடந்து சென்று தானாகத் திறக்கும் கதவின் முன்பு ஒரு செகண்ட் நின்றபோது அந்த கிழிசல் ஓய்வெடுத்து ஒட்டிக்கொண்டது.

தன் அறைக்குள் நுழைந்து மல்லாந்து படுத்து, கால்களை செங்குத்தாக மேலே தூக்கி, ஸ்டைலாக செருப்பை சீலிங்கை நோக்கி செலுத்தி கழட்ட முயற்சிக்கையில் ஸ்பீக்கர் அலறியது.

யாரும் பயப்படவேண்டாம், ஹோட்டலில் பாம் இருக்கிறது, லிஃப்டை உபயோகிக்க வேண்டாம், படிகளின் வழியாக பொறுமையாக வெளியேற வேண்டும். ஓடக்கூடாது, ஒருவர் மேல் ஒருவர் விழுந்தடித்து செல்லக்கூடாது. உங்களின் பாதுகாப்பே எங்களின் குறிக்கோள். உங்களின் சேவையில் என்றென்றும் வீணா பேலஸ் லக்ஸரி ஹோட்டல்ஸ் என்று அலறியது.

சரக்கென எழுந்த நித்யா செருப்பை கழட்டி உதறினாள். இதுவரை வாழ்க்கையில் ஓடிப் பழக்கமில்லாததால், வேகமாக நடக்கவே செய்தாள். அனைவரும் அங்கே இங்கே என ஓட ஆரம்பித்ததால், வேறு வழியில்லாமல் ஓட யத்தனித்தாள் நித்யா.

பின்னால் இருந்த கிழிசலும் புண்ணியப்படாததால், ஸ்கர்ட்டை தொப்புள் வரை ஏற்றிக்கொண்டு ஓட ஆரம்பித்தாள் நித்யா. அவள் ஓடுவது போலவே தோன்றவில்லை.

பேய்

எனக்கு எப்பவுமே பேய், பிசாசு விஷயத்துல நம்பிக்கை இருந்ததே கிடையாது. இப்ப வாழ்ற வாழ்க்கையை சும்மா பேய் , பிசாசுன்னு சொல்லி உங்களை நீங்களே ஏமாத்திக்காதீங்க, மனுஷங்களையும் மிரட்டாதீங்க என்றது புதிதாக வந்து சேர்ந்தது.

ஜோடி

இரண்டு இளம் ஜோடிகள் வனச்சுற்றுலா சென்றார்கள். பத்து நாட்களுக்கு மேல் ஒன்றாக சுற்றித்திரிந்தார்கள். ஜோடி 1 ல் இருக்கும் கணவனுக்கும் ஜோடி 2ல் இருக்கும் மனைவிக்கும் கட்டுக்கடங்கா காதல் உண்டாகி விட்டது.

மற்றவர்களைப்போல எல்லாம் கள்ளக்காதல் செய்யாமல் ஒப்பனாக, மாலை தேநீர் சமயத்தில் நால்வரும் இருக்கையில், இந்த காதல் விஷயத்தை நாசூக்காக சொன்னார்கள்.

சற்றுநேர அமைதிக்கு பின், சொல்வதற்கு ஒன்றுமில்லை, மனம் பிடித்து லயித்து விட்டால் சேர்ந்து வாழுங்கள், எங்களுக்கு ஆட்சேபணை இல்லை என ஜோடி 1 மனைவியும் ஜோடி 2 கணவனும் சொன்னார்கள்.

மிகுந்த மகிழ்வுடன், உங்க ரெண்டு பேருக்கும் பிடிச்சிருக்கா? நீங்க சேந்து வாழப்போறீங்களா என புது ஜோடி கேட்டது.

இல்லை, எங்களுக்கு போரடிச்சிப்போச்சு. நாங்க வேற யார்கூடவாவது புதுசா டிரை பண்ணப் போறோம் என கோரஸாய் சொன்னார்கள்.

வெள்ளைத்தாடி காதலன்

செனலியா. மேனேஜ்மெண்ட் மூன்றாமாண்டு படித்துக் கொண்டிருக்கும் குட்டி பாண்டா. மேல்தட்டுப் பெண். எக்கச்சக்க தடியன்கள் விதவிதமாக முயற்சி செய்து கொண்டிருக்கும் தேவதை. ஸ்டில் விர்ஜின்.

உதட்டு கிஸ் வரை இதுவரை மூன்று பேர் வந்திருக்கிறார்கள். பாம்பு பதமாக நுழைவது போல பிராவுக்குள் கைவிட்ட போது கொட்டையிடி வாங்கியவன் ஒரே ஒரு வீரன் தான். யாரையும் இதுவரை காதலித்தது இல்லை.

அம்மாவை விட அப்பாவை ரொம்ப ரொம்ப பிடிக்கும். செனலியாவுக்காக , பிரம்மாண்டமான பங்களாவில் அழகான குட்டி உலகை உருவாக்கித் தந்திருந்தார் அப்பா. அப்பாவின் தோழர் தேவ் அடிக்கடி அப்பாவை பார்க்க வீட்டுக்கு வருவார்.

தேவ்....

வயது 60தைத் தாண்டி இருக்கும். தொப்பை இல்லை. முடி முடுக்க வெள்ளை. வெள்ளை வெளேரென குறுந்தாடி வைத்திருப்பார். 6 அடி உயரம். நீண்ட கைகள்.அகலமான நெற்றியில் ஒரே ஒரு கோடு. லேசர் பார்வை.

எப்போது அந்த எண்ணம் செனலியாவுக்கு வந்தது எனத்

தெரியவில்லை. தேவை காதலிக்கத் தொடங்கி இருந்தாள். தேவை மிகவும் பிடித்து விட்டது.

தேவின் மேல்பல் மட்டும் தெரியச் சிரிக்கும் கூர்மையான சிரிப்பு, இடது கையால் காற்றில் ஓவியம் வரைந்த படி பேசும் அசால்டான பேச்சு. ஒரு ஜோக் சொல்லிவிட்டு இரு கண்களையும் சிமிட்டி மூக்கை கூராக்கி சிரிக்கும் சிரிப்பு எல்லாம் பிடித்துப் போனது.

தேவின் வெள்ளை முடி விரவியிருக்கும் மார்பில் முகம் புதைத்து கைகளால் வருட வேண்டும் போல ஆசை வந்தது. தேவை அணைத்துக்கொள்ள வேண்டும் , முத்தமிட வேண்டும் , தேவுடன் வெளிநாடு பயணம் செல்ல வேண்டும். மலை மேல் இருக்கும் ஏரியில் தேவுடன் அமர்ந்து, அவரின் அணைப்பில் கிடக்க வேண்டும் என ஏங்க ஆரம்பித்தாள்.

இவ்வளவு வயதானவர் மேல் ஏன் இவ்வளவு காதல் வருகிறது என சிரித்துக்கொண்டே குழம்பினாள்.

ஒவ்வொரு முறை தேவை பார்க்கும் போதும் , ஃப்ரெண்ட்லியாக கட்டிப்பிடிப்பது வழக்கம். அந்தக் கணம் அவ்வளவு ஆனந்தமாகவும் , பாதுகாப்பாகவும் இருக்கும் சென்லியாவுக்கு.

சென்லியாவின் காதல் கண்களை தேவ் கவனித்தாரா இல்லையா என்பது தெளிவில்லை. ஆனால் ஒரு சனிக்கிழமை மாலை வீட்டு நீச்சல் குளத்திற்கு அருகே அமர்ந்திருந்த போது, ‘ஹாய் தேவ்’ என சென்லியா தேவை அணைக்கையில், தேவின் ஒரு கை சென்லியாவின் முதுகில் இருக்க இன்னொரு கை சென்லியாவின் பின்னழகில் இறங்கி கொஞ்சம் வலுவாக தேவுடன் இழுத்து அணைத்துக்கொண்டது.

விடுவித்துக்கொண்டாள்.

உயரமான மலைச்சிகரத்தில் இருந்த மிஸ்ட் விலகி தெளிவானது போல உணார்ந்தாள். ‘பை அங்கிள்’ என்றாள். பாத்ரூம் சென்று வெந்நீரில் குளித்தாள். தலையை உலுக்கிக்கொண்டு நிம்மதியாக சிரித்தாள்.

ஸ்பீட் ஆஃப் லைட்

"இது வரைக்கும் வளர்ச்சியடைந்திருக்கும் பிஸிக்ஸே ஒரு மாயை சார். ரொம்ப ரொம்ப தப்பான புரிதலின் அடிப்படையில் தியரி மேல தியரி கட்டி அதோட நீட்சியா ஒரு புகை மண்டலத்தை உருவாக்கிட்டுப் போயிட்டாங்க. மூடநம்பிக்கையை விட மோசமானது இப்ப இருக்கும் நவீன இயற்பியல். டைம் , ஸ்பேஸ், லைட், ஸ்பீட் எல்லாம் சுத்த ஹம்பக்.

ஒருநாள் இதைப்பத்தி எல்லாம் டீப்பா யோசிச்சிட்டு இருந்தேன். நம்ம ஆழ்வார் பாசுரங்கள், எய்ன்ஸ்டீன், ஸ்டீஃபன் ஹாக்கிங், சித்தர்கள், ந்யூட்டன், சிவன் நடனம் எல்லாம் ஒண்ணு சேந்து யோசிச்சிட்டு இருக்குறப்ப டக்குன்னு மைண்ட் கட் ஆச்சி சார்.

இப்படி எனக்கு நடக்கும்னு ரொம்ப நாளா எனக்கே ஒரு நினைப்பு. அந்த ஃப்ளாஷ் எப்ப அடிக்கும்னுதான் யுகாந்திரமா காத்துட்டு இருந்தேன். மூளை அப்படியே ஜீராவுல மிதக்குற குலோப்ஜாமூன் போல மிதக்குறது தெரிஞ்சிது. நெய் போல இழை இழையா பிரிஞ்சிது. உடம்பு ஃபுல்லா குளுமையா ஆச்சி. எல்லாம் புரிஞ்சி போச்சி.

இந்த உலகம் எப்ப தோன்றிச்சி , ஏன் தோன்றிச்சி , இந்த

உலகத்தோட அடிப்படை ஈக்குவேஷன் என்ன? எல்லாம் எல்லாம் மூளைக்குள்ள ஜவ்வரிசி மூட்டையை அவுத்து விட்ட மாதிரி கிளியரா ஓட ஆரம்பிச்சிடிச்சி.

ஆனா , அந்த உலக உண்மையை சொல்ல வார்த்தையால, மொழியால முடியலை சார். தவிக்கிறேன் சார். உதாரணமா ஸ்பீட் ஆஃப் லைட்டுன்னு முட்டாள்த்தனமா சொல்லிட்டு இருக்காங்க. லைட்டுக்கு ஸ்பீடே இல்லை சார் , அது வேற . ஸ்பேஸ் வளையிது , டைம் கான்ஸ்டண்ட் இல்லைன்னு பெரிய கண்டு பிடிப்பு போல சொல்றாங்க. டைமுங்கறது வாட்ச் சம்மந்தப்பட்டதோ , நமக்கு வயசாவது சம்மந்தப்பட்டதோ இல்லை , அது வேற , ஆனா என்னால சொல்ல முடியலை. என் மூளைக்குத் தெரியும்.

உங்க கட்டுரைகள் எல்லாம் படிச்சேன். நீங்க ரொம்ப ப்ராக்டிக்கலான சைக்ரியாடிஸ்டுன்னு தெரிஞ்சிது. நிறைய ஆராய்ச்சி எல்லாம் பண்றீங்க, அதான் உங்களைப் பாத்து பேசலாம்னு வந்தேன்.

என் மூளை நினைப்பதை , ஏதாச்சும் மெஷின் வச்சி மொழியால மொழிபெயர்க்க முடியுமா சார்?”

'தேங்க்ஸ் ஃபார் தி காம்ப்ளிமெண்ட்ஸ். ஐ அண்டர்ஸ்டேண்ட் க்ளியர்லீ வாட் யூ ஆர் சேயிங்க்.'

'நீங்க ஹெல்ப் பண்ண முடியுமா சார்?'

'நீங்க கொஞ்சம் எனக்கு கோஆபரேட் பண்ணனும். நான் சொல்றத கேட்டு ஷாக் ஆகக்கூடாது.'

'ஷ்யூர் சார். சொல்லுங்க.'

'உங்களுக்கு வந்திருக்குறது ஒரு மனநோய். அதோட பேரையெல்லாம் சொல்லி உங்களை குழப்ப விரும்பலை.'

'சார்'

'சாரி, நான் மனநோய்ன்னே சொல்ல மாட்டேன். டிஃபரண்ட்

எமோஷன். எல்லோருக்கும் விதவிதமான எமோஷன். அந்த எமோஷனை சராசரி எமோஷனாக்கி சொசைட்டில நடமாட விடற வேலையைத்தான் நானே பண்ணிட்டு இருக்கேன்.

'சார்'

'பயப்படாதீங்க. மூளையே கெமிக்கலால் ஆனது. எல்லாமே ஜஸ்ட் கெமிக்கல் ரியாக்ஷன். கெமிக்கல் இம்பேலன்ஸ். அந்த கருமம் பிடிச்ச ரியாக்ஷன்தான் காதல், சந்தோஷம், காமம், மகிழ்ச்சி, துக்கம் எல்லாம்.'

'சார் புரியிது சார், நான் சொன்னதையும் புரிஞ்சிட்டு இருப்பீங்கன்னு நம்பறேன், ஒரு முக்கியமான கால் வருது, வெளிய போய் பேசிட்டு வந்துடட்டுமா?'

'போயிட்டு வாங்க, வெயிட்டிங்'

வெளியே வந்து, வராண்டாவில் நடந்து காத்திருந்த நவன்யாவிடம் பேச ஆரம்பித்தார்.

'மேடம், நீங்க சொன்னது கிட்டத்தட்ட கரக்ட். ரொம்ப ரேரான மனநோய் இது பட் ஹார்ம்லெஸ். லாங்க் டேர்மா கோ ஆபரேட் பண்ணா சரி பண்ண வாய்ப்பிருக்கு. போன் வந்திருக்குன்னு சொல்லிட்டு வந்திருக்கேன் , திரும்ப போய் ஹேண்டில் பண்ணிட்டு ப்ளான் பண்ணிக்கலாம் நவன்யா.'

'ஓக்கே சார், தேங்க் யூ.'

கருணைக்கொலை

டாக்டர் வருண், டாக்டர் தாமரை உயிருக்குயிராய் காதலித்து இருவீட்டுப் பெற்றோர்களும் எதிர்க்க தனியாய்த் திருமணம் செய்து காதல் துள்ள வாழ்ந்து வந்தனர். மாதம் ஒரு முறை உல்லாச பயணம் , சீரான இடைவெளியில் வெளிநாட்டு சாகச சுற்றுலா என கொப்பளித்துப் புரண்டு ஓடியது காதல் வாழ்க்கை.

ஒரு சின்ன சாகசத்தின் போது ஏற்பட்ட விபத்தால் முதலில் வீல் சேருக்கு மாறி, பின் படுத்த படுக்கையாகி விட்டாள் தாமரை.

தாமரையின் உடனிருந்து கவனித்துக்கொண்டேயிருந்தான் வருண். காதல் அதிகமானதே தவிர குறையவில்லை.

அடிக்கடி தாமரைக்கு வலி பின்னி எடுக்கும். வலி நிவாரண மருந்துகள் அடிக்கடி எடுத்துக்கொண்டதால் உருக்குலைந்து காணப்பட்டாள் தாமரை.

இனி எழுந்து நடக்கவே முடியாது; வீல் சேரில் கூட அமர முடியாது. வலியும் தொடர்ந்து கொண்டேயிருக்கும்.

சாகசத்திற்காக உலகம் சுற்றியவள் ஒரு அறையில் படுத்த படி அடைந்து கிடைப்பது மனபாதிப்பை உருவாக்கியது. தன்னிரக்கத்தால் தனியாக அழ ஆரம்பித்தாள்.

முதலில் வருணிடம் பேசினாள். வருண் அழுதான். பின் தன் குடும்பத்தினரிடம் பேசினாள். கடைசியாக அனைவரும் ஒத்துக்கொண்டனர்.

தான் இறந்து போக ஞாயிற்றுக்கிழமையை தேர்ந்தெடுத்தாள். மருந்து எடுத்துக்கொண்டு இறந்தாலும் , இயற்கையாக இறந்தது போல அனைவரிடமும் சொல்லி தகனம் செய்வதாக ஏற்பாடு.

புத்தம்புது உடை அணிந்து கொண்டு, வருணோடு காரில் பீச் ரோடில் ரவுண்ட் அடித்தாள். வருணின் மடியில் படுத்துக்கொண்டு சியர்ஸ் சொல்லியபடி ஒயின் குடித்தாள். குடும்பத்தினருடன் போட்டோ எடுத்துக்கொண்டாள். நிறைவாக விதவிதமாக உணவு உட்கொண்டாள்.

லேசான போதையில் உறக்கம் வருவதாக தோன்றியபோது வருணைப் பார்த்து கண்ணடித்தாள். வருண் அவள் பறப்பதற்கான மருந்தை செலுத்தினான். நெற்றியில் முத்தமிட்டான். கட்டிக்கொண்டான். தன் அம்மாவின் கையைப் பிடித்துக் கொண்டாள்.

கண்ணை அகலமாக விரித்து, வருண் என மென்மையாக அழைத்தாள்.

சொல்லுமா என்றான்.

இப்ப ரொம்ப நல்ல ஃபீலிங்கா இருக்கு வருண். ரொம்ப ஜாலியா ஃபீல் பண்றேன். நாளைக்கு சாகட்டுமா ப்ளீஸ்?

எக்ஸ்

நிதீஷ் – வனிதாவின் கரண்ட், ப்ரியன் – வனிதாவின் எக்ஸ். இருவரும் காஃபி ஷாப்பில் சந்திப்பதாக ஏற்பாடு. நிதீஷ்தான் வனிதாவிடம் வற்புறுத்தி ப்ரியனுடனான சந்திப்பை ஏற்படுத்தி இருந்தான்.

நீங்க வந்ததுக்கு தேங்க்ஸ். நேரடியா விஷயத்துக்கு வந்துடறேன் ப்ரியன். கொஞ்சம் வெளிப்படையா பேசலாமா?

ஷ்யூர் நிதீஷ். கண்களை ஓரமாக நிமிண்டினான் ப்ரியன்.

வனிதாவைப் பத்தி என்ன நினைக்கிறீங்க?

வனிதா பேசிக்கா நல்ல பொண்ணு. மத்தபடி நிறைய விஷயம் இருக்கு.

'நீங்க வனிதா கூட இருந்தப்போ, உங்க உறவு எது வரைக்கும் போனதுன்னு சொல்ல முடியுமா?'

பேசுவதற்கு வாயைத்திறந்த ப்ரியன் சற்று நேரம் ஃப்ரீஸ் ஆனான். 'இதை நீங்க வனிதா கிட்டயே கேட்டிருக்கலாமே நிதீஷ்.'

'கேட்டுட்டேன். உங்ககிட்டயும் கேட்டு கன்ஃபார்ம் பண்ணிக்கலாம்னுதான்.'

'சரி , ஓப்பனா சொல்லிடறேன், இண்டர்கோர்ஸ் வரைக்கும் போகலை.'

'ஓ...லிப் கிஸ்?'

'ம்ம்'

'ப்ரெஸ்ட்...'

'ம்ம்'

'ஓரல் செக்ஸ்...'

'ம்ம்'

'அவ உங்களை...?'

'ம்ம்.. இவ்ளோ டீட்டெயிலா சொல்ல ஒரு மாதிரி இருக்குங்க.'

'ஓக்கே ஓக்கே, சாரி... நியூடா பாத்திருக்கீங்களா?'

'பாத்திருக்கேன்.'

'ஃபுல் நியூடா?'

'ம்... சம் டைம்ஸ் டிம் லைட்ல...'

'நிறைய செலவு வச்சிருக்காளா உங்களுக்கு?'

'ச்சே ச்சே... நானா விரும்பி பண்ணதுதான். அவளும் பண்ணிருக்கா.'

'ஸ்ட்ரெயிட் ஃபார்வேர்ட், லவ்வபிள் பர்ஸன். அப்பப்ப கொஞ்சம் சினிமா ஹீரோயின் போல லூஸுத்தனமா ஏதாச்சும் செய்வா.'

'டிஸ்கோ போயிருக்கீங்களா?'

'ம்ம்'

'அவுட்டிங்க், லாங் டூர்?'

‘ம்ம்..’

‘நெருக்கமான போட்டோஸ், விடியோஸ் இருக்கா?’

‘இருக்கு. தேவைன்னா டிலீட் பண்ணிடுவேன்.’

‘அவளை உங்களுக்கு ரொம்ப பிடிக்குமா?’

‘ம்ம்’

‘அப்புறம் ஏன் ப்ரேக் அப் ஆச்சின்னு தெரிஞ்சிக்கலாமா?’

‘இல்ல, அவ லைஃப்ல இன்னொருத்தன் நுழைஞ்சது தெரிஞ் சிது, அதான் பிரிஞ்சிடலாம்னு…’

‘ஓ…’ ஒரு நொடி துணுக்குற்ற நிதீஷ்,

‘ஒரு நிமிஷம் ரெஸ்ட் ரூம் போய்ட்டு வந்துடறேன்.’

******

இந்த சந்திப்புக்கு ஏற்பாடு செய்ய வனிதா ப்ரியனுக்கு போன் செய்தாள் அல்லவா, அந்த கான்வர்சேஷன்…

‘ம்ம்ம்… ப்ரியன் நான்தான், நல்லா இருக்கியா’

‘இருக்கேன்… இருக்கேன்.’

‘ஒரு ஹெல்ப்… என்னோட பாய் ஃபிரண்ட் நிதீஷ் உன் கூட பேசணும்னு சொல்றான். கொஞ்சம் அவனை மீட் பண்றியா?’

‘எதுக்கு? நான் உன்னை எங்கெங்க தொட்டேன்னு கேக்கப் போறானா?’

‘ச்சீ கொஞ்சம் டீஸண்ட்டா பேசு…’

‘நான் டீஸண்டாதான்டீ பேசறேன்.’

‘பேசறதுதான்டா டீஸண்ட். செய்யறது எல்லாம் இன்டீஸண்ட். என்னதான் சண்டைன்னாலும், ஒரு கன்னிப்பெண்ணை இவ்ளோ

நாள் இப்பிடி தொடாமல் தவிக்க விடலாமாடா?'

'அதுக்குத்தான் ஆள் பிடிச்சி வச்சிருக்கியே!'

'அதெல்லாம் உன்னை வெறுப்பேத்தத்தாண்டா ப்ளடி, அதுகூட புரிஞ்சிக்காத லூஸாநீ...? இன்னிக்கி நாம காஃபி ஷாப்ல மீட் பண்ணுவோம்.'

'டிரஸ்ஸை கழட்டி ஒரு நீட்டமா கிஸ் அடிச்சிருந்தா... எப்பவோ பிரச்சனை முடிஞ்சிருக்கும் இல்லை?'

'சரி விடுடா... இன்னிக்கி நாம காஃபி ஷாப்ல மீட் பண்ணுவோம்.'

'இல்ல முதல்ல உன் கரண்ட் எக்ஸ் ஆசைப்படி அவனை மீட் பண்ணிடறேன்.'

'யேய் ப்ளீஸ் வேணாண்டா...'

'சும்மாதான்... அவனை 7 மணிக்கு வழக்கமா போற காஃபி ஷாப்புக்கு வரச்சொல்லு.'

'சீக்கிரம் என்னை மீட் பண்ணுடா... லவ் யூ டா.'

******

நிதீஷ் முகம் கழுவிக்கொண்டு வந்து அமர்ந்தான்.

'நான் கூப்டு வந்ததுக்கு ரொம்ப தேங்க்ஸ் ப்ரோ'

'அதெல்லாம் பரவால்லங்க நிதீஷ். நாம கொஞ்சம் வெளிப்படையா பேசலாமா?'

திடுக்கிட்டு 'ம்ம்.... பேசலாமே... பேசலாங்க'

'உங்க உறவு வனிதா கூட எது வரைக்கும் போயிருக்கு நிதீஷ்?'

கடவுள்

பெரும் ஊழலில் மாட்டி ஜாமீனில் வெளியில் இருக்கும் அரசியல்வாதி முன் தோன்றினார் புத்தம்புது கடவுள். கடவுளார்களின் வழியில் அவனுக்கு ஞானம் வழங்கினார்.ஞானம் பெற்ற அரசியல்வாதி, புத்தம்புது கடவுளை வணங்கினான்.

நீ என்னை முன் வைத்து புதிதாக ஒரு மதம் உருவாக்கு என்றார் பு.பு. கடவுள்.

ஏற்கனவே பல மதங்கள் இருக்கின்றனவே, எதற்கு புது மதம்? நான் ஞானத்தை மட்டும் பரப்புகின்றேனே என்றார் ஞானி.

போச்சி , ஞானம் வந்தவுடன் இதே கூத்துதான் எல்லாரும் அடிக்கின்றீர்கள். சரி, ஞானம் வந்ததால, உன்னால சும்மா இருக்க முடியாது. நீயே எதாச்சும் ஔருவ, அதை வச்சி தானா ஒரு மதம் உருவாயிடும் , ஓக்கேதான் என்றார் பு.பு.கடவுள்.

சாமி, காட், மை லார்ட் , கடவுள் ஒன்றுதானே? அனைத்து கடவுளும் ஒன்றுதானே என்று கேட்டார் ஞானி!

இல்லையப்பா! அனைத்து கடவுள்களும் ஒன்று அல்ல , நிறைய கடவுள்கள் இருக்கிறோம் என்றார் பு.பு.கடவுள்.

சரி ஐயா, அட் லீஸ்ட் அனைத்து கடவுள்களுக்கும் ஒரே

நோக்கம்தானே? அனைவரும் நல்லவர்கள்தானே என்றார் ஞானி!

நல்லவர்கள்தான். நல்ல நோக்கம்தான். நல்ல விஷயத்துக்கே போட்டி பொறாமை வருவதில்லையா? ஈகோ வருவதில்லையா? அதுதான் எங்களுக்குள் ஏற்பட்டு உள்ளது என்றார்.

இவனுக்கு தேவையில்லாமல் ஞானத்தை வழங்கி விட்டோமோ என ஐயமுற்றார். போற்றி ஒரு பாடல் கூட பாடாமல் டார்ச்சர் செய்கிறானே எனக் கோபம் வந்தது. எண்சாண்கிடையாக விழுந்தது எல்லாம் நாஸ்டால்ஜியாவாகப் போனதே என எண்ணி துணுக்குற்றார். ஞானத்தை திரும்பப்பெரும் மரபு இல்லாததால் மரபைச் சபித்தார் பு.பு .கடவுள்.

பு.பு.கடவுளின் கோபத்தில் ஞானியின் வீட்டு ஏசியில் சூடு காற்றாக வந்தது. ஞானிக்கு புவி வெப்பமாதலால் இப்படி நடக்கிறது என்பது ஞானக்கண்ணில் தெரிந்ததால், சிரித்துக்கொண்டே பு.பு. கடவுளைப் பார்த்தார்.

சரி, நீ மதமெல்லாம் ஆரம்பிக்க வேண்டாம், தானாக அது உருவாகி விடும். ஞானம் கொடுத்த பாவத்துக்காக என்னையாவது கடவுள் என சொல்வாயா? அல்லது பழைய சில உதாரணங்களின் படி, நீயே கடவுள் என நைஸாக ஒரு தினுஸாக அறிவித்துக்கொள்வாயா என்று கேட்டார் பு.பு.கடவுள்.

அதெல்லாம் விடுங்கள் ஸ்வாமீ, நீங்கள் எப்படி உருவாகிறீர்கள். நீங்கள் சுயம்புதானே என்றார் ஞானி.

ஆம், சுயம்புதான்.

எப்படி சுயம்புவாக உருவாகிறீர்கள் ? எப்போது உருவாகுவீர்கள்? உங்கள் நோக்கம் என்றார் ஞானி.

எப்படி உங்கள் மூளையை வைத்து எங்களை புரிந்து கொள்ள முடியாதோ , அதே போல எங்கள் மூளையை வைத்து எங்களை உருவாக்குபவர்களை எங்களால் புரிந்து கொள்ள முடியாது. அதாவது உங்களுக்கு நாங்கள் சுயம்பு , எங்களுக்கும்தான் . ஆனால் சுயம்பு என்பதற்கே வேறு பல விளக்கங்கள் உள்ளன.

தானாக உருவாவதற்கே, தானாக சில வேலைகள் நடக்கின்றன .நான் எவ்வளவுதான் சொன்னாலும் உனக்கு அது புரியாது என்றார்.

சாரி ஸ்வாமீ , நான் உங்களை எதிர்த்து ஒரு மதம் உருவாக்கப் போகிறேன் என்றார் ஞானி.

பு.பு. கடவுள் சிரித்துக்கொண்டே மறைந்தார். இதுதாண்டா என் மதம் என அலறியது ஞானிக்கு கேட்காவண்ணம் சிஸ்டம் இருந்தது.

schizophrenia

உனக்கு இருப்பது சாதா பிரச்சனை இல்லடா, schizophrenia. அதான் டாக்டர் இந்த மாத்திரையை குடுத்திருக்கார் என்றாள் வனிதா !

அது மாதிரி எல்லாம் பெரிய பிரச்சனை எதுவும் இல்லடீ, சும்மா ஆன்க்சைட்டி, அவ்ளோதான் என்றான் வேதன்.

ப்ச்... சொன்னா கேளு. இனிமே தண்ணி அடிக்கிறது, தம் எல்லாம் கொறைச்சிக்கோடா.

பாத்துக்கறேன். schizophreniaன்னா என்னா ? பெரிய பிரச்சனையா ?

பெரிய பிரச்சனை இல்லை, ஆனா லைஃப் லாங்க் இருக்கும். கண்ட்ரோல்ல வேணா வச்சிக்கலாம். மெடிசின் சாப்டுகிட்டே இருக்கணும். எங்க குடும்பத்திலும் இருக்கு. இது ஜெனடிக்காவும் வரும்.

எனக்கு அது இல்லடீ, சும்மா சின்ன பிரச்சனைதான்.

இப்ப சின்ன பிரச்சனைதான். ஆனா கவனிக்காம விட்டா தானாவே குரல் கேக்கும். யாரோ பேசற மாதிரி இருக்கும். இன்னும் கொஞ்சம் மோசமா ஆச்சின்னா, தானா குரல் கேக்கறதுக்கு எல்லாம் ஆன்ஸர் பண்ண ஆரம்பிச்சிடுவோம். கொஞ்சம் கவனமா இருக்கணும்டா... ப்ளீஸ் புரிஞ்சிக்கோ...

எனக்கு கான்ஃபிடண்ஸ் இருக்குடீ. எனக்கு அதெல்லாம் இல்லை, வர விடவும் மாட்டேன். சான்ஸே இல்ல, ஆம் சோ கான்ஃபிடண்ட். ஆம் ஆல்ரைட்...

ஏய் ஏண்டா தனியா கத்திட்டு இருக்க?

ஏய் தனியா ஏண்டி குசுகுசுன்னு பேசிட்டு இருக்க?

பிரபஞ்சம்

பயணத்தின் போது இரவு நேர பப்பில் சந்தித்தவள் தற்கொலை எண்ணத்தில் இருக்கிறாள் என்பதை புரிந்து கொண்டேன். இதுவரை யான் படித்த, கேட்ட விஷயங்கள் மற்றும் என் நாவன்மையால் ஏதேதோ தத்துவங்கள் மற்றும் குழப்பமான விஷயங்களை, வாழ்க்கை எவ்வளவு அபத்தமானது என்பதாக பூடகமாக சொல்லி அவளை குழப்பி தற்கொலை எண்ணத்தில் இருந்து விடுவித்தேன்.

நான் தற்கொலை எண்ணத்தை எவ்வளவு நாள் தீனி போட்டு வளர்த்து வந்தேன் தெரியுமா? அது வளர்ந்து மலர்ந்து பூர்த்தியாகும் நேரத்தில் அதைக் கெடுத்து விட்டாய் என்றாள். மாபெரும் பிரபஞ்ச கணக்கில் இது, இந்தத் தற்கொலை ஒரு குட்டியோண்டு கணக்கு. இந்த குட்டியோண்டு கணக்கை கெடுத்ததன் மூலம், பிரபஞ்ச கணக்கை குழப்பி விட்டாய். இதற்கான பலனை நீ அனுபவித்தே ஆவாய் என்றாள், சிரித்துக் கொண்டே.

அன்றிரவு நன்கு அனுபவித்தேன்.

பல்லாயிரக்கணக்கான ஆண்டுகளுக்கு முன் இதேபோல ஒரு தவறு செய்து, பிரபஞ்சத்தின் கணக்கை மாற்றியதாகவும், அதனால் ஆண்டாண்டு காலமாக தொடர்ந்து இதையே செய்து கொண்டிருப்பதாகவும் , அவள் மேல் சரிந்து விழுந்த போது தோன்றியது. அலுப்பாக இருந்தது.

ஐஸ்கிரீம்

ரயில் நிலையத்தில் ரயிலுக்காக காத்து இருக்கையில் குழந்தை அங்குமிங்கும் தாவித்தாவி ஓடிக்கொண்டு இருந்தது.அதன் வழியில் திடீரென குறுக்கிட்டு வழிமறித்து எதிர்ப்படும் இயந்திர முகங்களை நிமிர்ந்து பார்த்து லேசான சிரிப்போடு குழந்தைத்தன்மையை பாய்ச்ச, ஒரு செகண்ட் மனிதர்களாக மீண்டு அரும்பிய புன் முறுவலை தங்கள் சட்டைப் பாக்கெட்டிலேயே விட்டுக்கொண்டு கடந்து கொண்டு இருந்தனர்.

ரயில் வரும் ஓசை கேட்டதும் தாய் குழந்தையை இழுத்து அணைத்துக்கொண்டு தன்னருகே வைத்துக்கொண்டாள். இரைச்சலுடன் ரயில் கடக்கையில் குழந்தை பல்லைக் கடித்துக் கொண்டு கண்களை விரித்து ரயிலை உள்வாங்கிக்கொண்டது.

ரயில் நின்றதும், குழந்தைக்கு அது ரயில் இல்லையென்றானது.

கடித்த பற்களையும், விரித்த கண்களையும் இலகுவாக்கிக்கொண்டது. மீண்டும் தாவித்தாவி தவ்வ ஆரம்பித்தது.

கணவன் லக்கேஜ் ஏற்றுவது தன் ஜெனடிக் கடமை என்பது போல தவமாக செயல்பட்டுக்கொண்டு இருந்தான். அவனுக்கு உதவி செய்வதா, உதவி செய்வது போல நடிப்பதா என குழம்பிக்கொண்டு உடலை வாஷிங் மெஷின் போல குலுக்கிக்

கொண்டு இருந்தாள் மனைவி.

அனைவரும் பரபரப்பில் இருக்க, குழந்தைக்கு ரயில் பழகி விட்டு இருந்தது. அருகே சென்று பெட்டிகளை தொட்டு தொட்டு பார்த்த வண்ணமும், தடவிக்கொண்டும் நடந்து கொண்டும் இருந்தது. ஜன்னலில் தெரியும் முகங்கள் அதற்கு விசித்திரமாக இருந்தன. அனைத்து ஜன்னல்களிலும் புன்னகையை மலர விட்டுக்கொண்டே சென்ற குழந்தை இரு பெட்டிகளுக்கு இடையே கடக்கையில், திடீரென உருவான வெற்றிடத்தால் நிலை தடுமாறி தண்டவாளங்களுக்கு இடையே விழுந்தது.

அய்யய்யோ குழந்தை, குழந்தை என ஒருவர் கத்தினார். ஒருவர் தலையில் அடித்துக்கொண்டு குழந்தை குழந்தை என கூவினார். திமுதிமுவென கூட்டம் ஓடி வர ஆரம்பித்தது. இரு புறமும் கூட்டம் ஒருவரை ஒருவர் இடித்து தள்ளிக்கொண்டு முன்னேறியது.

டிடிஆரை கூப்பிடுங்க, போலீஸை கூப்பிடுங்க, ஓடுங்க ஓடி இஞ்சின் டிரைவர் கிட்ட சொல்லுங்க, ஸ்டேஷன் மேனேஜர் கிட்ட சொல்லுங்க என பலரும் பலவாறாக கத்திக்கொண்டு இருந்தனர்.

எவருடைய கட்டளைகளையோ எவரோ செயல்படுத்த ஓடிக்கொண்டும் இருந்தனர்.

டிரெயின் கூஊஊஊஊஉ என ஊளையிட்டு கிளம்பும் சத்தம் அனைவருக்கும் நனவிலேயே கனவு போல வந்து கொண்டு இருந்தது.

விஷயம் அறிந்து அம்மா ஓடி வந்தாள். என் தங்கமே, என் செல்லமே என அரற்றிக்கொண்டு அலங்கோலமாக ஓடிவந்தாள்.

டிரெயின் நிற்கும்போதே செயினை பிடிச்சி இழுத்தா டிரெயின் கிளம்பாம இருக்குமா என ஒருவர் கேட்க, பல பேர் அபாய சங்கிலியை எதற்கும் இருக்கட்டும் என, நின்று கொண்டு இருக்கும் டிரெயினில் இழுத்துக்கொண்டு இருந்தனர்.

கணவன் சுதாரித்துக்கொண்டு டிரெயினுக்கு அந்தப் பக்கமாக குதித்தான். குதித்த வேகத்தில், அடுத்த தண்டவாளத்தில் சூப்பர்ஃபாஸ்ட் எக்ஸ்ப்ரஸ் ஒன்று புயலென கடந்து கொண்டிருந்தது.

கணவன் பம்மி இரு டிரெயின்களுக்கு இடையே அமர்ந்து கொண்டான். மூச்சி முட்டியது , புழுதி பறக்க குழந்தையை கொழகொழவென நினைத்து அழ கண்ணை மூடிக்கொண்டு அழுதான்.

*****

இதயம் பலகீனமானவர்கள் மேற்கொண்டு படிக்க வேண்டாம்...

ஏற்கனவே உடலில் ஏழெட்டு காயங்களும், காயத்தழும்புகளும் உள்ள குழந்தை, எக்ஸ்ட்ரா சிராய்ப்போடு எழுந்தது. இந்த புது காயத்தை அம்மாவிடம் காட்ட வேண்டும் என்ற ஆர்வத்துடன் குடுகுடுவென அடுத்த தண்டவாளத்தை கடந்தது.

வீட்டில் அனைவரும் திட்ட திட்ட பால்கனி சுவர், நாற்காலியின் சாய்மானம், சாமி கப்போர்டு, வழவழ வாஷிங்மெஷின் என பலதின் மேலும் ஏறிப் பழக்கப்பட்டு இருந்த குழந்தை அடுத்த பிளாட்ஃபார்மின் மீது ஏறியது.

அந்த நடைமேடை மீதிருக்கும் ஐஸ்கிரீம் கடை அருகே நின்று ஆர்வமாக பார்த்தது.

இன்ஸ்டன்ட் குழந்தை ஆன பெரியவர் ஒருவர், ஐஸ்கிரீம் சாப்புடறியா, வாங்கித்தரட்டுமா என்றார்.

வேணாம் என்றது குழந்தை.

ஏன் என்றார்.

தெரியாதவங்க யார் வாங்கி குடுத்தாலும் சாப்பிடக்கூடாதுன்னு அம்மா சொல்லியிருக்காங்க என்ற படி ஐஸ்கிரீம் கடையை ஆர்வமாக பார்த்தபடி நின்று கொண்டு இருந்தது.

ஒரு

ஒரு இந்தியர், ஒரு ரஷ்யர் , ஒரு அமெரிக்கர் , ஒரு ஆப்பிரிக்கர் விமானத்தில் பறந்து கொண்டு இருந்தார்கள். ஆக்சுவலி சீட் பெல்ட் போட்டு உட்கார்ந்து கொண்டுதான் இருந்தார்கள், சாரி.

விமானம் தரை இறங்கியதும் நால்வரும் அடித்துப் பிடித்து சற்று நேரம் எழுந்து நின்று கொண்டு இருந்துவிட்டு, பின் இறங்கிப் போனார்கள்.

அந்த விமானத்தில் இன்னும் பல தேசத்தவர்களும் இருந்தார்கள். அவர்களும் இதே போல இறங்கிப்போனார்கள்.

பிளான்

டேர்ம் இன்ஷூரன்ஸ் 2 கோடிக்கு போட்டான். கிட் பாலிஸி குழந்தைகளின் படிப்புக்கு போட்டான். பென்ஷன் பாலிஸி, ம்யூச்சுவல் ஃபண்ட், க்ரிட்டிகல் கேர், ஆக்ஸிடன்ட் பாலிஸி, பாண்ட், டெப்பாஸிட், தங்கம், ப்ரெஃபரென்ஷியல் ஷேர், ஷேர்ஸ், ஹாட் கேஷ், வெளிநாட்டு முதலீடு, கமாடிட்டி... இன்ன பிற.

இது இல்லாமல் சில காலி மனைகளை வாங்கிப்போட்டான்.

மனைவியிடம் நிலா முற்றத்தில் அமர்ந்து கொண்டு இதை எல்லாம் விளக்கினான்.

அபசகுனமா பேசாதீங்க என்றாள்.

பேசினா ஒண்ணும் ஆயிடாது. பேசாம ஒண்ணும் செய்யாம இருந்தாதான், எதாவது ஆச்சின்னா கன்னாபின்னான்னு ஆயிடும். இது ஜஸ்ட் பிளானிங். யூ நீட் டூ நோ திஸ் மை ஹனி என்றான்.

ம்ம் என்றாள்... அவன் மடியில் சரிந்து கொண்டு.

இப்படியே பிளான் போட்டு போட்டு பேசிப் பேசி அவளுக்கு மரத்து விட்டது.

ஒரு நாள், எல்லாம் பிளான் பண்ணியாச்சி, ஃபினான்ஷியலி சேஃப். நான் செத்துட்டா நீ இன்னொரு கல்யாணம் பண்ணிக்கோ என்றான்.

அதெல்லாம் பேச வேணாம், நீங்க செத்துட்டா நான் இன்னொரு கல்யாணமே பண்ணிக்க மாட்டேன் என்றாள். உங்க நினைவோடயே வாழ்ந்துடுவேன் என்றாள்.

மை டியர், பீ பிராக்டிகல். நான், அதாவது நான் என்னும் இந்த பாடி பிஸிக்கல் ஃபார்மில் அசைஞ்சிகிட்டு இருக்கும் வரைதான், உனக்கு இந்த ஃபீலிங்க் எல்லாம். நான் செத்ததுக்கு அப்புறம், நீ எனக்கு என்னத்த ப்ரூவ் பண்ணனும்? பண்ணாலும் எனக்குத் தெரியாதே! அதுவுமில்லாம, நான் செத்த துக்கம் 2 மாசத்துல கரைஞ்சிடும். நீ புதுசா ஒரு வாழ்க்கை வாழ ஆரம்பிப்ப. அப்ப நான் இருந்ததை விட சுதந்திரமா ஃபீல் பண்ணுவ, பண்ணலாம். பீ பிராக்டிக்கல். அதுவுமில்லாம உடல் இயற்கைத் தேவைகளை மீற முடியாது. வெட்டியா எவன் கூடவாவது படுத்து பேரை கெடுத்துகிட்டா குழந்தைகள் வாழ்க்கை பாதிக்கும். அதைவிட இன்னொரு கல்யாணம் பண்ணிக்கறது பெஸ்ட் என்றான்.

குழப்பமாகவும், கலங்கிய கண்களோடும் பார்த்தாள். பயமா இருக்குங்க என்றாள்.

ச்சீ... நீ செத்துட்டா, நான் கண்டிப்பா இன்னொரு கல்யாணம் பண்ணிப்பேன். அதுதான் எனக்கும் நல்லது, நம்ம குழந்தைகளுக்கும் நல்லது என்றான். அதே போலத்தான் நீயும் பண்ணிக்கோ என்றான்.

கொஞ்சமாக கன்வின்ஸ் ஆனாள்.

இது ஜஸ்ட் பிளான். எதையும் பிளான் பண்றது தப்பு இல்லை, செண்டிமெண்டுன்ற பேர்ல பிளானே இல்லாம இருப்பதுதான் தப்பு என்றான்.

அதற்குப் பிறகான நாட்களில் மரக்கட்டை போல பிளான் பிளான் என இருவரும் பேசப் பழகி இருந்தனர்.

செத்தா இன்னொரு கல்யாணம் பண்ணிக்கலாம்னு முடிவா யிடிச்சி. அது யாருன்னு இப்பவே ஏன் ரெண்டு பேரும் செலக்ட் பண்ணி வச்சிக்கக்கூடாது என்றான்.

ச்சீ சீ அதெல்லாம் வேணாம் என்றாள்.

ப்ளான்னா, கம்ப்ளீட் பிளானா இருக்கணும். பீ கூல் என்றான்.

ம்ம்ம்... என்றாள்.

உன் ஆஃபீஸ்ல கல்யாணம் ஆகாத யாரையாச்சும் உனக்கு லைட்டா புடிச்சி இருந்தா... அவனை செலக்ட் பண்ணிக்கோ. கொஞ்சமா இண்ட்ரெஸ்ட் காமி... சின்ன பழக்கத்துல வச்சிக்கோ, யூஸ் ஆவான் என்றான்.

அவனுக்கு கல்யாணம் ஆயிட்டா என்றாள்? நாக்கை கடித்துக் கொண்டாள்.

அவனுக்கு கல்யாணாம் ஆகும் வரை அவனை டச்ல வச்சிக்கோ. ஆயிடிச்சின்னா வேற ஆளை ஷார்ட் லிஸ்ட் பண்ணி வச்சிக்கோ என்றான்.

நீங்க? என்றாள் .

நீயே சொல்லு, உன் ஃபிரண்டு யாராச்சும் தேறுவாங்களா?

சிரிஷாவுக்கு உங்க மேல ஒரு கண்ணு. எப்பவும் உங்களைப்பத்தி என்கிட்டயே பேசுவா. நீ லக்கிடீன்னு சொல்வா. அதாவது என் தகுதிக்கு மீறி நீங்க கிடைச்சிருக்கீங்கன்னு லைட்டா குத்தி காட்டுவா. அவளுக்கு கல்யாணமும் ஆயிடிச்சி.

கல்யாணம் ஆனது பிரச்சனை இல்லை. நெகடிவ் ஆட்டிட்யூட். அவ சரிபட்டு வரமாட்டா... வேற?

ஸ்வரம்யாக்கும் கல்யாணம் ஆயிடிச்சி. ஆனா அவ நம்ப குழந்தைங்க மேல ஆசையா இருப்பா, ரொம்பப் பிடிக்கும் அவளுக்கு.

அவ போட்டோ காட்டு!

மொபைலை தடவி தடவி ஸ்வரம்யா போட்டோவை காட்டினாள்.

ம்ம்... அழகாத்தான் இருக்கா. கொஞ்சம் உடம்பு பூசி இருக்கு. ஜிம் போனா சரி பண்ணிடலாம்.

ஹலோ... என்ன சீரியஸா அவளை ரசிக்கிறீங்க? இதுக்காகவே நான் உயிரே போனாலும் சாக மாட்டேன் என்றாள்.

ச்சீ சும்மா பிளான் பண்றேண்டீ என்றான்.

அவளுக்குத்தான் கல்யாணம் ஆய்டிச்சே?

அதெல்லாம் எனக்கு ஒரு மேட்டரே இல்லை!

அய், பெரிய ஹீரோதான் நீங்க. அவல்லாம் புருஷனை விட்டுட்டு வரமாட்டா.

ஆள்தான் காட்ட சொன்னேன். சேலஞ்சை நான் பாத்துக்கறேன் என்றான்.

சரி, அப்படிப் பாத்தா உங்க ஃபிரண்டு யாரு எனக்கு சூட் ஆவான்னு நீங்களே சொல்லுங்க என்றாள்.

எல்லா பயலும் நாக்கைத் தொங்கப் போட்டுதான் அலையறான். காதலியை விட கிக்கா சிஸ்டர்னு உன்னை கூப்பிடுவானுங்களே பாத்ததில்லையா நீ? ஆனா எல்லாம் அலைஞ்சான் கேஸ், உனக்கு செட் ஆவானுங்களான்னு தெரியலை. சும்மா சுத்திட்டு, படுத்துட்டு ஓடிப்போடுவானுங்க. பயந்தாங்குளிங்க. பொண்டாட்டிக்கு மட்டும் பயம் இல்லை, இன்னும் அப்பன் ஆத்தா, மாமியாருக்கு பயப்படும் ஆசாமியெல்லாம் இருக்கான். செட் ஆவ மாட்டானுங்க; அதாவது தில்லா உன்னை கல்யாணம் பண்ண மாட்டானுங்க. அதுக்குத்தான் பேச்சிலரா பாருன்னு சொல்றேன். பெஸ்ட், உன் சொந்தக்கார பயலே எவனாச்சும் உன்னை சைட் அடிச்சிட்டு இருந்து இருப்பான். அவனை புடிச்சிக்கோ. ஃபேமிலி ஹோல்டும்

இருக்கும். அவன் சம்பாதிக்கலைன்னாலும் அவனுக்கும் ஒரு இன்வெஸ்ட்மெண்ட் பிளான் போட்டு வச்சிடறேன். அதை அவன் யூஸ் பண்ணிக்கட்டும். பசங்க பணத்தையோ, சொத்தையோ தொடாம பாத்துக்கோ என்றான்.

சரிங்க, இவ்ளோ சொல்றீங்க, சாரி, நம்ம பசங்களே இன்னும் கொஞ்சம் வருஷம் கழிச்சி செத்துப்போறாங்கன்னு வச்சிக்கோங்க .அப்ப எனக்கோ உங்களுக்கோ புள்ளை பெறும் பாக்கியம் இல்லைன்னா என்னா பண்றது? அதுக்கு என்ன பிளான் என்றாள்.

அதை யோசிக்காம இருப்பேனா? இவ்ளோ நேரம் நம்ம பிளானைப் பத்தி பேசிட்டு இருந்தேன். இது உன் பிளான், என் பிளான், தனித்தனி.

நான் எப்பவோ பிளான் பண்ணி முடிச்சிட்டேன் என்றான் நமட்டுச் சிரிப்போடு !

மூத்திரம்

ங்கொப்பண்ட்டதான் அவ்ளோ சொத்து இருக்கு இல்ல, கேட்டு வாங்கியாறதுக்கு என்ன நாக்கு சுளுக்குதா என செவுளில் கையை இறக்கினான்.

ங்குய்ய்ய் என சத்தம் கேட்டபடி சுவரில் மோதி நிலை குலைந்து விழுந்தாள்.

தலைமுடியை பற்றித்தூக்கி எழுப்பி இடுப்பில் உதைத்தான்.

ஆம்பளைதாண்டா நீ? எவ்ளோ காசுதாண்டா எங்கப்பன் கொடுப்பான்? ஓம்வ் வீட்டு பொம்பளைங்க குந்தி சாப்பிட, படுத்து பொரள என் வீடுதான் கிடைச்சிதா? என காறித் துப்பினாள்.

பரபரவென பார்த்தவன், அங்குமிங்கும் ஓடி, தொம்பையின் மேல் இருக்கும் உலக்கையை எடுத்து, ஓடிவந்து அவளின் முதுகில் ஒரு போடு போட்டான். கை நழுவி மெதுவாக முதுகில் விழுந்து வழுக்கியது உலக்கை.

திரும்ப எடுத்து ஸ்திரமாகப் பிடித்து அடிக்க முற்படுகையில், அவள் திமிறி எழுந்திருக்க, தலையில் பட்டு மொத்தென விழுந்தாள். விழுந்தவளின் வயிறிலும் மார்பிலும் அடித்தான்.

அசைவில்லாது இருக்கவே, உலக்கையை தூக்கிப்போட்டுவிட்டு, மாட்டுத்தொழுவத்தில் அமர்ந்து ஃபில்டர் கோல்ட் ஃபிலேக் பற்ற வைத்தான்.

அவனின் அம்மா வந்து ரகசியமாக , போய்ட்டாடா என்றாள். அக்கா, புடவையை சரி செய்தபடி ஓயிலாக நின்று கொண்டு இருந்தாள்.

ஏதும் பேசிக்கொள்ளவில்லை, ஏதும் திட்டமிடவில்லை.

சிகரட்டை தூக்கிப் போட்டுவிட்டு, வீட்டினுள் நுழைந்த அவன், அவளை நடுக்கூடத்துக்கு இழுத்து வந்தான். அதற்குள் அம்மா தாம்புக்கயிறை எடுத்து வந்து இருந்தாள்.

அவன் முக்காலியைப்போட்டு ஏறிப்பார்த்தான். அக்கா மூங்கில் ஏணியை கொண்டு வந்திருந்தாள்.

கயிறை நடுவில் செல்லும் கழியில் கட்டி, தூக்கு போட்டு கயிறை செட் செய்தான்.

அம்மாவும் அக்காவும் அவளை உட்கார வைத்து இருந்தனர். அக்கா தன் முட்டிக்காலில் அவளை தாங்கிக்கொண்டு இருந்தாள்.

தூக்குக்கயிறை, சரியான தூரத்தில் வைத்து விட்டு, முக்காலியின் மீதேறி நின்று கொண்டு அம்மாவைப் பார்த்தான்.

அம்மாவும் அக்காவும் அவளை சிரமப்பட்டுத் தூக்கி நிற்க வைத்து, அக்கா அவளின் அக்குளுக்குள் இரு கைகளையும் கொடுத்து தாங்கிக்கொள்ள, அம்மா அவளின் இடுப்பைப்பிடித்து தூக்க, சரியாக வரவில்லை.

அவளைக் கீழே போட்டு விட்டு, அக்கா ஓடி அந்த மர நாற்காலியை எடுத்து வந்தாள். அக்கா அந்த மர நாற்காலி மேல் நின்று கொள்ள, அம்மா அவளை சிரமப்பட்டுத் தூக்கி அக்காவிடம் கொடுக்க, அக்கா அவளைத் தாங்கிக்கொள்ள, மறுமடியும் அம்மா அவளின் இடுப்பைப் பிடித்துத்தூக்க, அக்கா அவளை இன்னும் கொஞ்சம் தூக்கிக்கொடுக்க, அவன் அவளை

லாவகமாகப் பிடித்து கயிறின் முடிச்சுக்குள் விட்டு, கழுத்தை இறுக்கினான்.

இப்போது அவள் சுருக்குக்கயிற்றில் தலை மாட்டியபடி, முட்டி வளைந்தபடி கால்கள் தரையைத் தொட்டபடி இருந்தாள்.

முக்காலியில் நின்றபடி, எதிர்முனையை இளக்கிப் பிடித்து இழுத்தான். அவளின் தேகம் மெதுவாக மேலெழுந்தது. இன்னும் இன்னும் இழுக்க இழுக்க கால்கள் அந்தரத்தில் அழகாக மிதந்தன.

மேற்சொன்னவற்றில் லாஜிக் எர்ரர் கண்டு பிடிப்பவர்கள், தெளிவாக அடித்து தூக்குப்போட்டிருப்பவர்கள். அவர்களுக்குத் தலை வணங்குகிறேன்.

லோக்கல் போலீஸ், மேற்போலீஸ், கட்ட பஞ்சாயத்து, ஜாதி பஞ்சாயத்து, ஊர்ப்பெரியவர்கள் பஞ்சாயத்து எல்லாம் முடிந்து, அவள் பாடை ஏறினாள்.

இந்த சனியனுக்கு கட்டிக்கொடுக்காதே என கதறினேனேடா நாயே என அவளின் அப்பனை போட்டு அடித்தாள் அவளின் தாய். அவளின் அப்பா நாக்கால் மேலுதட்டை நக்கியபடி வெறித்துப்பார்த்தபடி அமைதியாக இருந்தார்.

காரியம் எல்லாம் முடிந்து ஒழிந்தது.

குடித்து விட்டு நடு வீட்டில் படுத்து கிடந்தான் அவன்.

அவனும் அவளும் படுத்துக்கிடந்த கட்டிலில் முட்டிக்கால் வரை வழித்துக்கிடந்த நைட்டியோடு தூங்கிக்கொண்டு இருந்தாள் அக்கா!

அவளின் ஒளித்து வைத்த நகைகளை எடுத்து படபடவென பார்த்துக்கொண்டு இருந்தாள் அம்மா.

போதையில் தூங்கிக்கொண்டு இருந்தவன் நடுவீட்டில் மூத்திரம் விட்டபடி இருந்தான்.

சும்மா

இந்த டைம் மிஷின் சமாச்சாரமெல்லாம் சும்மா, உட்டாலக்கடி என்றாள்.

இந்த டைம் மிஷின் சமாச்சாரமெல்லாம் சும்மா, உட்டாலக்கடி என்றாள்.

இந்த டைம் மிஷின் சமாச்சாரமெல்லாம் சும்மா, உட்டாலக்கடி என்றாள்.

இந்த டைம் மிஷின் சமாச்சாரமெல்லாம் சும்மா, உட்டாலக்கடி என்றாள்.

--

--

--

இந்த டைம் மிஷின் சமாச்சாரமெல்லாம் சும்மா, உட்டாலக்கடி என்றாள்

இந்த டைம் மிஷின் சமாச்சாரமெல்லாம் சும்மா, உட்டாலக்கடி என்றாள்.

பூவா தலையா

வெள்ள பாதிப்பு, வெள்ள நிவாரணம், பீப்பு சாங்கு, இளையராஜாவின் அறிவிருக்கா போன்ற அருமையான தமிழக கலந்து கட்டிய மனநிலையில், தமிழ்நாட்டு மேப்பில் இல்லாத மலைக்குகைக்குள் இருக்கும் ரகசிய கிராமத்து மலைப்பெண்ணை சென்னைப்பையன் ஒருவன் காதலித்த விஷயம் அறிந்து கடுப்பானான் மலைக்கிராம தலைவன். 'த்' வைக்கும் அளவுக்கு கெத் இல்லாத தலைவன்.

மலைப்பெண் என்றால் மலைப்பாம்பு போல கற்பனை செய்து கொள்ள வேண்டாம். மலை வாழைப்பழம் போல நறுவிசாக இருந்தாள்.

பையனைப் பிடித்து கட்டி வைத்து விட்டார்கள். தப்பித்தால் போதும் என்று, பூவா தலையா போட்டுப் பார்த்து விடலாம். பூ விழுந்தால் எனக்கு கட்டி வையுங்கள். தலை விழுந்தால் என்னை சாகடியுங்கள் என்றான் சென்னைப் பையன்.

ரகசிய மலைக்கிராம தலைவனுக்கு இது சீரிய உபாயமாகப் பட்டது.

பூவையும் தலையையும் தூக்கிப்போட்டான்.

புவியீர்ப்பு சக்தியைப்பற்றி ஆப்பிள் மூலம் உலகுக்கு கண்டறிந்து

சொன்னவரின் வாக்குப்படி தலைதான் முதலில் மண்ணில் வந்து விழுந்தது.

இதில் அவளின் பூவைப்பறித்த செண்டிமெண்டெல்லாம் அவனுக்குத் தெரியாது.

குட்டி பாப்பா

குட்டி பாப்பா,

ஒரு சிக்னலில் நின்று கொண்டு இருக்கிறேன். சிகப்புதான் எனக்குத் தெரிகிறது. மூன்று பீர். ஸ்ட்ராங்க் பீர். 8% v/v என்று போடப்பட்ட இந்திய அரசாங்கத்தையும் பொதுமக்களையும் சூ அடித்த நல்ல நிறுவனத்தின் தரமான பியர்.

நான் மட்டும்தான் நின்று கொண்டு இருக்கிறேன். அனைவரும் சீறிக்கொண்டு சென்றுகொண்டு இருக்கின்றனர். நான் நிதானமாக இருப்பதாகத்தான் எனக்குத் தெரிகிறது. சிகப்பு மஞ்சள் பச்சை என விளக்குகள் சரியாகவே எரிந்து கொண்டு இருக்கின்றன.

எனக்கு முதல் முறையாக குடித்தது போல இருக்கிறது. தலையை சிலுப்பிக்கொள்கிறேன். இன்னும் எனக்கு சிவப்பு விளக்குதான் எரிந்து கொண்டு உள்ளது. நான் மட்டுமே நின்று கொண்டு இருக்கிறேன். ஓ... இதை சொல்லும்போது நேரத்தையும் சொல்ல வேண்டும், மணி இப்போது நண் இரவு *12.00* .

எனக்கு பின்னால் ஹாரன் சப்தம் கேட்கிறது. என்னை தாண்டிக்கொண்டு பல வாகனங்கள் பாய்கின்றன. முதல் முறையாக சிகப்பு சிக்னலில் நிற்கையில் ஒரு மேஸில் மாட்டிக்கொண்டதைப் போல உணர்கிறேன். நான் பொது

போக்குவரத்தை குழப்புவதாகத் தோன்றுகிறது.

என் பைக்கைப் பற்றி சொல்ல மறந்து விட்டேனே? என்ஃபீல்ட் 500 சீசீ டெஸர்ட் ஸ்டார்ம். ஹெல்மெட் வேறு மாட்டிக்கொண்டு உள்ளேன்.

இந்தக் குழப்பமான சூழ்நிலையில் எனக்கு பச்சை விளக்கு விழுந்து விட்டது. இப்போது நான் முதல் கியர் போட்டு, இந்த முதல் கியர் போடுவது என்பது ஒரு கலை. அப்படி போட்டுத் தூக்கினால்... அதெல்லாம் யமஹா ஆரெக்ஸ் 100 ஓட்டியவனுக்குத்தான் தெரியும். அதை சொல்வதற்கு முன்னால் இதை சொல்லி விடுகிறேன், இது ஒரு காதல் கடிதம்.

இப்போது முதல் கியருக்கு வருவோம். ஆரெக்ஸ் 100ல் முதல் கியரைப் போட்டு, க்ளட்சை நைஸாக விட்டுத் தூக்கினால், முன்பக்க வீல் கன்னிக்குதிரை போல மேலே கிளப்பிக்கொண்டு கிளர்ந்து விர்ரெனப் பாயும். பாயுமா? அதுவே அப்போது போதுமானதாக இருக்கும்.

இப்போது என்ஃபீல்ட் 500 சீசியில் அப்படியெல்லாம் பாயவேண்டிய அவசியம் இல்லை. பாய்ச்சல் காட்டும் அட்டு பைக்குகளை எல்லாம் மிக்சியில் வெண்ணையை போட்டு அரைப்பது போன்று நதுநதுவாக 5, அதாவது ஐந்து செகண்டில், (குடித்து இருக்கிறேன் அல்லவா, அதனால் இப்படித்தான்) குசு விட்டது போல கடந்து போய் விட முடியும். முடியும் அல்லவா?

எனக்கு பச்சை விளக்கு விழுந்து விட்டது (குடித்தவர்கள், அங்கேர்ந்து வாசிக்கவும்).

இப்போதும் என்னால் பைக்கை எடுக்க முடியவில்லை. அனைத்து திசைகளிலும் பைக்கும் காரும், லாரிகளும் சென்று கொண்டு இருக்கின்றன.

திரும்ப காதலுடன் உன்னை நினைத்துக்கொண்டு கடிதத்தை ஆரம்பிக்கிறேன்.

மை டியர் குட்டி பாப்பா,

நீ ஈரோப்பில் இருக்கலாம். உன் அருமை காதலனை இப்படி மெண்டல் ஆக்கக்கூடாது. நான் உன்னை என் தேசத்துக்கு ஏற்றார்போல மெண்டல் ஆக்கி இருக்கிறேனா? இங்கே இரவினில் சிக்னலை மதித்தால் இப்படி குழம்பியடித்துக்கொண்டு இருக்க வேண்டியதுதான்.

எவ்வளவு பெரிய சிக்னல் என்றாலும், மழைக்காலத்தில் பூவரச மரத்தில் நெருக்கமாக உருவாகி நெளியும் கம்பளிப்பூச்சிகள் போல வாகனங்கள் அசைந்தாடி வந்தாலும், சாக்கடையோரத்தில் மோதிக்கொள்ளாமல் செல்லும் மரவட்டைகள் போல நாஸூக்காக, நாங்கள் வளைந்து நெளிந்து சென்று விடுவோம்.

சரி மேட்டரை சொல்லி விடுகிறேன்.

தலையை சிலுப்பிக்கொண்டேன். போடீ லூஸு பாப்பா என சொல்லிக்கொண்டேன். முதல் கியரைப் போட்டு எப்போது சிகப்பு விளக்கு விழும் என பார்த்துக்கொண்டு இருந்தேன். சிகப்பு விளக்கு விழுந்தது.

இடதும் வலமும் பார்த்து ஹாரனை அமுக்கிக்கொண்டே, ஹேண்டில் பாரை 15 டிகிரி இடமும் வலமும் சீராக ஆட்டிக்கொண்டே ஒரே தூக்கு. நம்மாள் விட்ட சவுண்டில், அதான் 500 சீசி, மவுண்ட் ரோடிலே நிம்மதியாக தூங்கும் மவுண்ட் ரோடு ஜாதி நாயே வாலை இரு கால்களுக்கு இடையில் இருந்து எடுத்தது என்றால் பார்த்துக்கொள் குட்டி பாப்பா.

ரைட் எடுத்தேன். உன்னை மறந்தேன். உன் காதலை மறந்தேன். நீ கத்துக்கொடுத்த ஒழுக்கத்தை மறந்தேன். வேண்டும் என்றேதான் மறந்தேன், நீ தேவையில்லாத ஒழுக்கத்தை எனக்கு கற்றுக்கொடுத்து இருக்கிறாய். செம ஜாலியாக இருந்தது.

முறுக்கினேன். மைதா மாவை அரிசி மெஷினில் போட்டு அரைப்பது போல நைஸாகவும் விரைவாகவும் போய்க்கொண்டு இருந்தது என் பைக். வளைவில் எல்லாம் வேகத்தை குறைக்காமல் டிவி ரேஸில் காட்டுவது போல படுத்துக்கொண்டு

வளைத்தேன். டயரும் என்ஃபீல்டும் என்னை கைவிடவில்லை, உன்னைப்போலவே!

இதில் டயர் பிராண்டை குறிப்பிடாததற்கு என்னை டயர் சாபம் விடும். இருப்பினும் இவ்வளவு போதையிலும், இவ்வளவு காதலிலும், பைக்கின் அந்த ரிதமிக்கான சவுண்டை கெடுக்கா வண்ணம் ஆக்ஸிலேட்டரை முறுக்கிக்கொண்டு இருந்ததுதான் நீ என்னை காதலிக்க காரணமாக இருக்க வேண்டும் என நினைத்துக்கொண்டேன்.

இந்தக் கால போலி பைக்குகளில் ரிதமெல்லாம் செத்து விட்டது. 150 சீசி பைக் என்கிறான், 180 சீசி பைக் என்கிறான். குழந்தைகள் விளையாடும் ப்ளாஸ்டிக் பைக்குகள் போல உள்ளன. பைக் ஓடும்போது சிக்கன் கறி அல்லது கோஸ் கூட்டு கொதிக்கும் சத்தம் நாராசமாக கேட்கின்றது.

தூக்கம் வராமல் மொட்டை மாடியில் புரண்டு கொண்டு இருக்கையில் , தூரத்து நெடுஞ்சாலையில் எவனோ ஆரெக்ஸ் 100 ஐ முறுக்கிக்கொண்டு போவான். அந்த ரிதமிக்கான சத்தம் கனவு அலைபோல மேலெழுந்து மெதுவாக கீழே சென்று , மீண்டும் மேலெழுந்து ஸ்வாய்ய்ய்ய்ய்ய்ய்ங்க் என கலைந்து கரைந்து சென்று விடும். ஒரு கணம் ஒரு ஃபேண்டஸி உலகத்துக்குள் சென்று வந்தது போல இருக்கும். ஆர்டி 350 என்று ஒரு யமஹா பைக். எந்த கவிதையையும் மிஞ்சி விடும், தூரத்தில் ரைட் செல்லும் அதன் சத்தம்.

வெள்ளம் வடிந்த பாவப்பட்ட நகரம் என்பதாலா என்ன என்று தெரியவில்லை. எங்குமே டிரங்கன் டிரைவ் செக் இல்லவே இல்லை. இதுவே எனக்கு இர்ரிடேட்டிங்காக இருந்தது. ஒவ்வொரு டிரங்கன் டிரைவ் செக் பாயிண்டிலும் எனக்கு ஒரு குறுக்கு வழி தெரியும் குட்டி பாப்பா. அந்த குறுக்கு வழியை உபயோகிக்க, போலீஸ் வேண்டுமா இல்லையா?

சாரி, குட்டி பாப்பா, நீ கத்துக்கொடுத்த ஒழுக்க விதிகளில் குடித்து விட்டு வண்டி ஓட்டக்கூடாது என்பதுதான் முக்கியமான ஒழுக்க விதி.

நீ ஏதோ பிரச்சனையால் ஒரு வாரம் பேச வேண்டாம் என்று சொல்லி விட்டாயா!

உன் காதல் எனக்குப் புரிகிறது.

எனக்கு குடித்து விட்டு நன்கு சென்னையில் வண்டி ஓட்ட தெரியும் குட்டி பாப்பா!

பார், அதற்குப்பிறகு எவ்வளவு எழுதுகிறேன் என்று! அதை விட முக்கியம், இங்கே எழுதியதெல்லாம், நான் பைக் ஓட்டிக்கொண்டு இருக்கையில் நினைத்ததுதான்.

நம்பிக்கை

நகரத்தின் நடுவில் அந்தக் கோவில் இருந்தாலும் , பிரபலமாகாத காரணத்தினாலும், சற்றே குறுகலான சாலையில் இருந்ததனாலும் கூட்டம் இல்லாமல் இருந்தது.

மல்டிப்ளெக்ஸில் சினிமா ஆரம்பிக்க இன்னும் நேரம் இருந்ததனாலும் சமீபத்திய காதல் தோல்வியின் மனநிலை மல்டிப்ளெக்சில் இருக்க அனுமதிக்காததாலும் இந்தக் கோவிலுக்கு வந்து சேர்ந்தான் பெருவெற்றி.

கர்ப்பகிரகத்தில் கடவுள் எளிய புன்னகையோடும் , கருத்த கவரிங்க் நகைகளோடும், தேவ அழுக்கு துணிகளோடும், மாதமான மங்கிய நறுமணங்களோடும் அருள் பாலிக்க தயாராக இருந்தார். ம் என்று முனகினாலே அருள் பாலித்து விடுவார் போல இருந்தது.

சின்ன மண்டபத்து தூணில் சாய்ந்தபடி குருக்கள் ஐ பேடில் ஏதோ நோண்டிக்கொண்டு இருந்தார்.

பெருவெற்றி, கடவுளைக் கும்பிட முயற்சி செய்தான், முடியவில்லை. கடுப்பாகி கண்ணைத் திறந்து கடவுளிடம் இருந்து விலகி குருக்களிடம் வந்து அமர்ந்தான்.

குருக்களுக்கு 27 வயது இருக்கலாம். பேச்சுவாக்கில், ரொம்ப சக்தி வாய்ந்த தெய்வம், அந்த காலத்து ராஜா எல்லாம் தேடி வந்து கும்பிட்டு சக்தி வாங்கிட்டு போயிருக்காங்க. தன் அப்பா கடைசி வரைக்கும் எவ்ளோ நல்ல வேலை கிடைச்சும் கோயிலை விட்டுட்டு போகவேயில்லை என்று குருக்கள் சொன்னான்.

தான் ஒரு மல்டிநேஷனல் கம்பனியில் பெரிய பதவியில் இருப்பதாகவும், அப்பா கேட்டுக்கொண்டதால் குருக்கள் வேலையும் செய்வதாகவும், தனக்கும் இந்த கடவுள் மனதுக்கு நெருக்கமாக இருப்பதாகவும் சொன்னான். எங்க குடும்பத்தில் ஒருத்தர் என்று சொன்னான். இதுவரை அவரிடம் எதுவும் வேண்டியதில்லை என்றும் சொன்னான். மொபைலில் கால் வந்ததும் எடுத்துக்கொண்டு கோவிலுக்கு வெளியே சென்று விட்டான்.

வெறுமையாக இருந்த மனதால் எதையும் உள்வாங்கவும் சிந்திக்கவும் முடியவில்லை. வெறுமையின் உச்சத்தில் கடவுளை நினைத்து கர்ப்பகிரகத்தை அனிச்சையாக திரும்பி பார்த்தான்.

கர்ப்பகிரகத்தில் இருந்து யாரோ நடந்து வந்து கொண்டிருந்தார்கள்.

இவனருகில் வந்து நான்தான் கடவுள் என்றார்.

இவன் இயல்பான மரியாதையோடு எழுந்து நின்றான்.

ஒக்காந்துக்கலாம், ஒக்காந்துக்கோ என்றார்.

மனதில் வெறுமை நீங்கி, பரவச உணர்வு வந்தது போல இருந்தது.

நான் கடவுள் என்றவுடன் எப்படி உடனே நம்பிவிட்டாய் என்றார்?

நான் யார் எது சொன்னாலும் உடனே நம்பிடுவேன் என்றான்.

இடி

வரிசையில் செல்லுகையில் இடித்துக்கொண்டு இருப்பது பெண் என்று மட்டுமே தெரிகிறது. என்ன வயது, எப்படிப்பட்டவள் என்று ஏதும் தெரியவில்லை. இதமாக இருக்கிறது. அவனோ இறைவனை பார்க்கச் சென்று கொண்டு இருக்கிறான். இறைவன் சித்தம் என்று நினைத்தாலும் இடிப்பதற்கு முக்கியத்துவம் கொடுக்க வேண்டுமா, இறைவனை காண்பதற்கு முக்கியத்துவம் கொடுக்க வேண்டுமா என்ற போட்டியில் இறைவனே வென்றான். இறைவன் வென்றது அந்த ஒரு கணம் மட்டும்தான் என அவன் நினைத்துக்கொண்டு இருக்கிறான்.

நண்பன்

நண்பனின் வீட்டு காம்பவுண்டுக்குள் நுழைந்தபோது விளக்கெல்லாம் பிரகாசமாக எரிந்து கொண்டிருந்தபோதும், அந்த பிராகாசத்தினூடாக கொஞ்சம் இருள் ஊடுருவி ஓடிக்கொண்டிருந்ததை உணர்ந்து கொண்டான்.

தயக்கமாக ஹாலுக்குள் நுழைந்து சற்று நேரம் சோஃபாவில் அமர்ந்தான். நண்பனின் கார் காம்பவுண்டிற்குள் இல்லை என்பதை கவனித்து இருந்தான்.

கொஞ்ச நேரத்திலேயே வரவழைத்துக்கொண்ட பொறுமை பொறுமையிழந்தது. எழுந்து கிச்சனுக்குள் சென்று பார்த்தான்.

தயக்கத்தோடு, பெட்ரூம் கதவைத் தட்டினான். திறந்து பார்த்தான்...

நண்பனின் மனைவி நளினமாக படுக்கையில் இறந்து கிடந்தாள். படுக்கை முழுக்க ரத்தம் இருந்தாலும், அவள் சிகப்பு கலர் புடவையில் செக்ஸியாக இறந்து கிடந்தாள்.

சிகப்பு கலர் ஜாக்கெட் அணிந்து இருந்தாள். மாராப்பு விலகி கிடந்ததால், மார்பகங்கள் பளிச்சிட்டன. மார்பகங்களுக்கு இறப்பேயில்லை என சொல்வது போல இருந்தது. ஒயிலாக கால்களை மேலும் கீழும் போட்டு ஒருக்களித்து ஸ்டைலாக இறந்து கிடந்தாள். இடுப்பில் இருந்த ஹிப் செயின் விலகி டாலடித்துக்கொண்டு இருந்தது.

நண்பன் படுக்கையறை மூலையில், வெறித்த பார்வையுடன் ரத்தம் ஸ்லோமோஷனில் ஒழுகட்டுமா வேண்டாமா என யோசித்துக்கொண்டு இருக்கும் கத்தியுடன் அமர்ந்து இருந்தான்.

நான்தாண்டா கொன்னேன் என் பொண்டாட்டியை, இல்லை, இல்லை, இவளை... இல்லையில்லை இந்த நாயை என்றான்.

சரேலென வேர்த்து ஊற்ற, தொண்டை வறள, சடுதியில் திரும்பி "வ்யேஹ்ஹ்" என விசித்திரமாக சத்தம் எழுப்பிக்கொண்டு நண்பனின் படுக்கையறையில் இருந்து கேட்டை நோக்கி ஓட ஆரம்பித்தான்.

எழுந்து மனைவியை எட்டி உதைத்தான். மனைவி விலுக்கென எழுந்து அமர்ந்தாள்.

பாத்தியாடீ நாயே, சொன்னேனில்ல? எப்டி ஓடறான் பார் என்று உறுமியபடியே கத்தியுடன் துரத்த ஆரம்பித்தான்.

பீரோவுக்கு மேல் கிடந்த இரும்பு தடியை எடுத்துக்கொண்டு பின்னாலேயே இவளும் அழுதுகொண்டே வெறியுடன் துரத்த ஆரம்பித்தாள்.

அறை

நீண்ட நாள் கழித்து, நீண்ட நாட்கள் கழித்தா? என்ன எழவோ, அறையைத் திறக்கும்போதே தெரியும் அறைக்குள் தூசியாக இருக்கும் என்று. கருமம்டா சாமி, இது எந்த மயிரானுக்குத்தான் தெரியாது? அதெல்லாம் வேண்டாம், கதைக்குள் நுழைவோம். அதற்கு அறைக்குள் நுழைய வேண்டும்.

தூசியைப்பற்றி பேசக்கூடாது, ஓகே. போட்டது போட்ட இடத்தில்தான் இருக்கும், அதைப்பற்றியும் சொல்லக்கூடாது. சரி நேராக பாத்ரூம் செல்லலாம்.

பாத்ரூமில் வெஸ்டர்ன் டாய்லெட்டில் தண்ணீர் இல்லை, ட்ரையாக இருந்தது. வாஷ்பேசினில் பைப்பை திறந்தால், கழிவு நீர் போல சில விநாடிகள் கொட்டி, பின் நல்ல (!) தண்ணீர் வந்தது.

பாத்ரூமில் இரண்டு வாளிகள் இருந்தன.இரண்டும் வறண்டு காணப்பட்டன. அது மட்டுமல்லாமல் வெள்ளை வெளேரென உப்பு பூத்தும் காணப்பட்டன.

கதையில் செக்ஸே இல்லையே? வறட்சியாக உள்ளது அல்லவா?

கொஞ்சம் செக்ஸை கொண்டு வருவோம்.

அந்த பாத்ரூமில் இருந்து பார்த்தால் இரண்டு லேடீஸ்

ஹாஸ்டல்கள் தெரியும். அதில் இரண்டு அறைகள் கொஞ்சம் க்ளோசாக தெரியும்.

அந்த வாளிகளில் ஒன்றை அலம்பலாம் என நினைத்தபோது அதில் இரண்டு கரப்பான்பூச்சிகள் செத்து கிடந்தன.

இவைகள் கடைசியாக புணர்ந்து விட்டு செத்திருக்குமா? இல்லை புணர்ந்து புணர்ந்து செத்திருக்குமா?

அந்தரங்கம்

என் உடல் உறுப்புக்கள் என்னிடம் பேசும். இந்த விஷயம் என் உடல் உறுப்புக்கள் என்னிடம் சொல்லித்தான் எனக்குத் தெரியும். அவை சொல்வதற்கு தடுமாறினவா அல்லது நான் புரிந்து கொள்ள தடுமாறினேனா என்று தெரியவில்லை . இந்த விஷயம் எனக்குத் தெரிய வருவதற்கு பல வருடங்கள் ஆகின.

உதாரணமாக, குடிச்சது போதும், ரொம்ப டயர்டா இருக்கு என்று லிவர் என்னிடம் சொல்லும். உடனே நான் லிவருக்கு மதிப்புக் கொடுத்து குடிப்பதை அறவே நிறுத்தி லிவரை போஷாக்கு செய்யும் உணவுகளையும் மருந்துகளையும் உண்ண ஆரம்பிப்பேன். லிவர் குதித்துக் கொண்டாட்டம் போடுவது எனக்குத் தெரியும்.

லங்ஸூம் தொண்டையும், போதும்டா என கெஞ்சும். சிகரட்டை தூக்கி தூரப்போடுவேன். ஆலூ வேரா ஜூஸை கசக்கக் கசக்கக் குடிப்பேன்.

ரொம்ப திங்காதே என குடலும் இரைப்பையும் என்னிடம் அழும். வெஜிடபிள்ஸ், பழம், மிஞ்சி மிஞ்சி போனால் இட்லி என அவைகளை குஷிப்படுத்துவேன்.

அவைகள் ரெடியானதும் திரும்ப போட்டுத்தாக்குவேன்.

நமக்குத்தான் உடல் உறுப்புகள் நம்முடன் பேசுவது புரிகிறதே,

நாம் ஏன் இதை மற்றவர்களுக்கும் ஒரு டிவி சேனலில் ஸ்லாட் எடுத்து கற்றுக்கொடுத்து , மக்களையும் வாழ வைத்தது போலவும் இருக்கும், நாமும் பணம் சம்பாதித்தது போல இருக்கும் என்று யோசித்தேன்.

ஒரே விஷயம்தான் தடைக்கல்லாக இருந்தது. நமக்குத் தெரிந்த வித்தை முழுமையடைய வேண்டும் இல்லையா?

என்னுடைய போதாமையா இல்லை என் ஆண்குறியின் பேராசையா என்று தெரியவில்லை, இதுவரை ஆண்குறி என்னிடம் பேசியதேயில்லை.

தற்கொலை - சயனைட்

நித்யால்லாம் வேஸ்ட், டேக் ஆஃபே ஆகாது என்றாள் காஃபி குடித்துக்கொண்டிருந்த சாந்தி.

வெளிய வா தம்மடிக்கணும் என்றான் அராத்து.

நடுவுல 2 பஃப் மட்டும் குடு, ஈவ்னிங்க் பொண்ணு பாக்க வராங்க தெரியுமா என்றாள் சாந்தி.

யேய் சும்மா எப்ப பாத்தாலும் இதையே சொல்லிகிட்டு என்று தன் முட்டிக்காலால் சாந்தியின் பின்புறம் ஒரு நெத்து நெத்தினான் அராத்து.

நீ சயனைட் புடிங்கி கதைல்லாம் அப்புறம் எழுது. இப்ப இந்த கதையை எழுது என்று கூற ஆரம்பித்தாள் சாந்தி.

தற்கொலை குறுங்கதைகள் - என்றான், என்றாள் .

அம்மா தங்கை அக்கா பாட்டி என யார் மேலும் சந்தேகப்பட முடியாததால், சந்தேகப்படுவதற்காக வேண்டி ஆண்கள் காதலிக்க ஆரம்பித்த அந்த கணத்தில் பெண்கள் வயதுக்கு வரும் வயது குறைந்தது.

ஐ டூ லவ் யூ என சாந்தி எதிரே அமர்ந்திருந்த புசுக்குக்கு ஃபேஸ்புக்கில் மெசேஜ் அனுப்பினாள்.

இந்த மெசேஜை பார்த்து குதுகூலமான புசுக்கு, தன் ஸ்டேட்டஸுக்கு கமெண்ட் போட்டவனுக்கு லைக் போட்டுவிட்டு கண்ணில் நீர் தளும்ப சாந்தியை நிமிர்ந்து பார்த்தான்.

சாந்தி ஆமாம் என்பது போல வெட்கப்புன்னகையுடன் தலையை மேலும் கீழும் ஆட்டினாள். அந்த காட்சி காலகாலமாக திரைப்படத்தில் பார்த்து வரும் டெம்ப்ளேட் காட்சி போலவே இருந்தது. அடுத்தக் கணம் சாந்தியின் மொபைலை பிடுங்கி நோண்ட ஆரம்பித்தான் புசுக்கு.

நீ இதுக்கு முன்னால யாரையாவது காதலிச்சி இருக்கியா என்று காதல் கனிந்த அடுத்த கணம் கேட்ட கேள்வி , பரிமாறி உருமாறி, நீ எத்தனை பேரை இதுவரை காதலிச்சிருக்க என்று மூன்றரையாவது நாள் கேட்டான். புசுக்குக்கு முத்தம் கூடவா கொடுக்கத்தெரியாது என சாந்தி குழம்பினாள்.

ஒரு தடவை கிஸ் அடிச்சான், உவ்வ்வே செம நாத்தம் என்றாள் சாந்தி.

சிகரட் அடிப்பானா என்றான் அராத்து.

ச்சே ஒரு கெட்ட பழக்கமும் இல்லை, ஆனா வாய் மட்டும் எப்ப பாத்தாலும் நாறிகிட்டு இருக்கும். போட் கிளப்ல மெம்பரா இருக்கான், கூவத்துல வாய் கொப்பளிப்பான் போல என்றாள்.

அய்யய்ய, அதெல்லாம் இருக்காது, நிறைய பஜ்ஜி போண்டா சாப்பிடுவானா இருக்கும். நீ என்னா செய்யப்போற என்றான் அராத்து.

பிரேக் அப் என்றாள் சாந்தி.

ஏன்?

ஃபேஸ்புக் பாஸ்வேர்ட் கேட்டான்.

குடுத்தியா?

ம், முடிஞ்ச வரைக்கும் டிலீட் பண்ணிட்டு குடுத்தேன். ஹானஸ்டா

கொஞ்சம் விட்டும் வச்சிருந்தேன். ஆனா அவன் பாஸ்வேர்ட் கேட்டதுமே பிரேக் அப்புன்னு முடிவு பண்ணிட்டுத்தான் குடுத்தேன்.

அவன் அவனோட பாஸ்வேர்டை குடுத்திருக்க மாட்டானே?

குடுத்தான் குடுத்தான்.

அப்புறம் என்னாடீ? டிலீட் பண்ணிட்டு குடுத்தானா?

ச்சை, அதெல்லாம் ஒண்ணும் இல்லை. அவன் ஒரு சப்பை ஃபிகரு. அவனுக்கெல்லாம் ஒரு ஃபிகரும் மாட்டாது. அதனால தைரியமா குடுத்தான்.

லிஃப்ட்

லிஃப்ட் இரண்டாவது ஃப்ளோருக்கும் மூன்றாவது ஃப்ளோருக்கும் இடையில் மாட்டிக்கொண்டது.

சோர்ந்து உட்கார்ந்தான் தனியாக மாட்டிக்கொண்ட ஏழாம் சேகர்.

சேகர் பூங்குழலியை முடியை விலக்கி பின் மண்டையில் முத்தமிட முயற்சிகையில்.

லிஃப்டில் மாட்டிக்கொண்ட உனக்கெல்லாம் ஃப்ளாஷ் பேக் ஒரு கேடா என்று கேட்டான் ஊம்பியான்.

சாரி ஊம்பியான் கரண்ட் எப்போது வரும் என்று தெரியவில்லை, நான் ஃபளாஷ் பேக் எல்லாம் சொல்லி உன்னை வெறுப்பேற்ற விரும்பவில்லை, எனக்கு ஒரு சிகரட் வாங்கி வர முடியுமா என்று கேட்டான் சேகர்.

பாவப்பட்ட ஊம்பியான் சிகரட் வாங்கி வரச்செல்லுகையில், சேகர் குதம் விட்டு சிரித்தான். ஏன்டா ங்கோத்தா, ரெண்டு ஃப்ளோருக்கு இடையில் மாட்டிக்கொண்ட என்னை எப்படிடா உன்னால் சந்திக்க முடிந்தது என்பதாக இருந்தது அந்த சிரிப்பு.

சிகரட் வாங்கச்செல்லும் ஊம்பியானிடத்தில் ரெண்டு பாக்கெட் சிகரட் இருந்தது.

பூங்குழலி முடியை விலக்கி பின் மண்டையை அகோரமாக சொறிந்து கொண்டு இருந்தாள்.

அந்தக்கட்டிடத்தில் ஜெனரேட்டர் இருந்தது.

வொர்க்ஷாப்

ஒரு எழுத்தாளர் வயது முடியாமல், "எழுதுவது எப்படி" என்று ஒரு இன்ஸ்டிட்யூட் ஆரம்பித்தார்.

அதில் படிக்க வருபவர்களுக்கு மாதம் 8000 ரூபாய் என்று அறிவித்து ஸ்பான்ஸ்ர் தேடி அலைந்தார்.

ஸ்பான்சர் தேடி அலைகையிலேயே ஸ்டூடண்ட்ஸூம் தேடி அலைந்தார்.சினிமா சான்ஸ் கிடைக்கும் என்று தூண்டில் போட்டுப்பார்த்தார். அதான் பாலு மகேந்திராவே செத்துட்டாரு, இனி யாருங்க எழுத்தை படிச்சியான்னு கேக்கப்போறாங்க என துணுக்கு மூட்டை படித்த அடித்தட்டு மக்கள் கூட அசால்டாக கேள்வி கேட்டனர்.

கதைதானே? எப்படி ஸ்டூடண்ட்ஸ் கிடைத்தார்கள் என நிருபிக்க வேண்டுமா என்ன?

வகுப்பறை:

பாம்பு எப்படி சென்றது என்று எழுத வேண்டும் என்பதுதான் அன்றைய பாடம்.

ஒரு பாம்பை கொண்டு வந்து வகுப்பறையில் விட்டனர்.

பாம்பு வளைந்து நெளிந்து சென்றது.

அனைவரும் அதைப் பார்த்தனர்.

இதை எழுதுங்கள் என்றார் எழுத்தாளர்.

பாம்பு வளைந்து நெளிந்து சென்றது என அனைவரும் எழுதினார்கள்.

பாம்பு செம டென்ஷனாகி தன்னைத்தானே கொத்திக்கொண்டு சாக முடியாமல், தான் சாகும் பொருட்டு அனைவரையும் தன் விஷமற்ற பற்களால் கொத்தத் துவங்கியது.

பாம்பு செத்ததும் அதன் உள் மனதில் என்ன உள்ளது என இந்த கதையை முடிக்கும் பொருட்டு இன்னொரு பெண் பாம்பை கொண்டு ஆராயச்சொன்னான் அராத்து. அது பெண் பாம்பு என்பதால் இந்த முடிவை தன் சினிமா அனுபவத்தால் எடுத்தான்.

அந்த பாம்பு சொல்லியது, ஸ்ஸ்ஸங்கோத்தா ஸ்ஸ்ஸ் ஸ்ஸ்ஸ் வளையறது ஸ்ஸ்ஸ் நாங்க ஸ்ஸ்ஸ் ஓகே, ங்கோத்தா ஸ்ஸ்ஸ் நெளியறது நாங்க இல்லடா!

ஹை பட்ஜெட்

இந்த சயனைட் குறுங்கதைகளை மயிலாடுதுறையில் நடப்பது போல எழுதலாம். ஃபேஸ்புக்கில் என்ன லோ பட்ஜட், ஹை பட்ஜட்?

கதையைத் தூக்கு அமெரிக்காவுக்கு. கதாசிரியர் அமெரிக்கா போய்த்தான் எழுத வேண்டும் என்பது இன்றைய பின் நவீனத்துவ சூழலுக்கு தேவையா?

மின்னசோட்டா, சாரி, ஹை பட்ஜட் இல்லையா? மின்ன படா மாகாணத்தில் ஒரு அபார்ட்மெண்ட் இருந்தது. எப்புடீ?

அந்த அபார்ட்மெண்டின் உச்சியில், எந்த நாடா இருந்தா என்னா? மொட்டை மாடிதான் இருக்கும். இருந்தது.

அந்த மொட்டை மாடியில், காதல் தோல்வியுற்ற ஒருவன் அமர்ந்திருந்தான். அவன் காதல் அப்போதுதான் தோல்வியுற்று இருந்தது. கிட்டத்தட்ட 2 நிமிடங்கள் இருக்கலாம். அவன் அதை எதிர்பார்த்தோ என்னவோ ஏற்கனவே சரக்குப் போட்டிருந்தான்.

காதல்கள் தோல்வியடைந்தால் தேவலாம் என்ற எதிர்பார்ப்போடு இன்னொருவன் தண்ணி அடித்துக்கொண்டு இருந்தான்.

இந்த கதைக்காகவெல்லாம் இல்லை, உண்மையிலேயே இருவரும் ஆபத்தான 37வது மாடியில் உட்கார்ந்து இருந்தார்கள்.

பேசுவதற்கு ஏதுமில்லாத சூழலில் இருவரும் மொபைலில் ஃபேஸ்புக்கை நோண்டிக்கொண்டு இருக்கையில், 2 நிமிடத்துக்கு முன்பு காதல் தோல்வி அடைந்தவன், நான் கீழே குதித்து தற்கொலை செய்து கொள்ளபோகிறேன் என்றான்.

நண்பா, எதற்கும் பயிற்சி வேண்டும். முதலில் இந்தப்பக்கம் குதித்து பயிற்சி எடுத்துக்கொண்டு அந்தப்பக்கம் குதி என வெட்ட வெளியைக் காட்டினான், நண்பன்.

இந்தப்பக்கம் குதிக்க வேண்டும் என தெளிவாக யோசித்த காதல் தோல்வி, மெனக்கெட்டு, ஆடி ஆடி, பேலன்ஸ் செய்து, தடுமாறி, வெட்டி வெளியில், குதித்தான்.

இந்தக்கதையை எடிட் செய்கையில், குதித்தான் என்பதை மட்டும் விழுந்தான் என மாற்றினான் நண்பன்.

நுட்பம்

படு நுட்பமாக ஒரு கதை எழுத வேண்டும், இதுவரை கவனிக்கப்படாத நுட்பமான விஷயங்களை எல்லாம் அந்த கதையில் சொல்ல வேண்டும். வாழும் மனிதர்களை கண் முன்னே கொண்டு வந்து நிறுத்த வேண்டும், அதுதான் உண்மையான எழுத்து என்று சொல்லியது எலியின் ரத்தம் சுத்தமாக மீசையில் ஒட்டாத பூனை.

மனிதர்களின் வாழ்வு என்ன அறிவியல் புதிரா? அதில் என்ன தெரியாத புரியாத பெரிய நுட்பம்? அந்த வாழ்கை வாழ்ந்து கொண்டிருக்கும் மனிதருக்கே தெரியாத நுட்பத்தை மெனக்கெட்டு கண்டு பிடிப்பதா எழுத்தரின்... சாரி எழுத்தாளரின் வேலை என ஷிஃப்ட் கீ வேலை செய்யாத கடுப்பில் கேட்டது கீ போர்டில் தாவிக் குதித்துக்கொண்டிருந்த வெட்டுக்கிளி.

வெட்டுக்கிளியை வாயில் கவ்வி, கீழே போட்டு இடது காலால் மிதித்து வலது காலால் கீறிப்பார்த்தது பூனை.

நகமும் சதையுமாக வாழும் மனிதர்களை எழுத்தாளர் கண் முன்னே கொண்டு வந்து நிறுத்தும் வரை கண்டு கொள்ளாமல், கூட வாழ்ந்து கொண்டு இருந்தவர்கள், மயிரை பிடுங்கிக்கொண்டு இருந்தார்களா என துடிக்கத் துடிக்க கேட்டது வெட்டுக்கிளி.

பூனை சிரிப்பது யாருக்கும் தெரியாது.

பூனை லைட்டாக சிரித்துக்கொண்டே வெட்டுக்கிளியை கடித்து பாதி உள்ளே தள்ளி கவ்வி வாயை மூடிக்கொண்டு அங்குமிங்கும் பார்த்தது.

வெட்டுக்கிளியின் பின்னங்கால்கள் இரண்டும் துடித்தன. இறக்கையோ என்னவோ அதுவும் பறந்தடித்துக்கொண்டு இருந்தது.

வெட்டுக்கிளியின் வாய் பூனையின் வாய்க்குள் இருந்ததால் அதற்குப்பிறகு வெட்டுக்கிளி என்ன சொன்னதென்று தெரியவில்லை.

அட்வென்ச்சர்

இரண்டு இந்தியர்களும் மூன்று வெளிநாட்டுக்காரர்களும் அந்த அடர்ந்த மலை உச்சியில் இருக்கும் அருவியின் கன்னி முகட்டில் நின்று கொண்டிருந்தார்கள்.

இங்க வர பர்மிஷனே கிடையாது. நம்ம இன்ஃப்லூயன்ஸை வச்சி கூட்டி வந்திருக்கேன் என ஆங்கிலத்தில் சொல்லி, யாஹ் என்றான் குத்தூசி.

வெளிநாட்டுக்காரர்கள் அந்த சுற்றுப்புறத்தைத் தாண்டி, எழிலைத்தாண்டி, அவன் வார்த்தைக்கு உணர்ச்சி வசப்பட்டார்கள். இந்தியர்கள் செத்த நாய் செருப்பை கடித்தது போல நின்று கொண்டிருந்தார்கள்.

கிட்டத்தட்ட 2 நாட்கள் அடர் காட்டினூடே டிரக்கிங் செய்து அழைத்து வந்திருந்தான் குத்தூசி. எங்கேயிருக்கிறோம், என்ன திசை என யாருக்கும் தெரியவில்லை. தனியாகத் திரும்பி போகச் சொன்னால் யாருக்கும் வழி தெரியாது.

குத்தூசி தொடர்ந்தான். இங்கே இருந்து குதித்தால், என்ன ஆகிறது என்பதே தெரியவில்லை. குதித்தவர்களின் பாடி இதுவரை கிடைத்ததே இல்லை. மர்மமாக உள்ளது. இந்த அருவி கீழே காட்டாறாக ஓடுகிறது, ஒரு பாடியும் இதுவரை ஒதுங்கியதில்லை.

இங்கே குதித்தால், வேறு ஏதோ உலகத்திற்கு சென்று விடுகிறோம் என்ற நம்பிக்கையும் உள்ளது. உங்களுக்கு யாருக்கேனும் அதீத அட்வென்ச்சர் ஆசை இருந்தால் குதிக்கலாம். உலகின் உச்ச கட்ட அட்வென்ச்ன்சர் இதுதான் என்றான்.

ஒரு வெளிநாட்டுக்காரன் யோசித்தான். குத்தூசியின் பேச்சு அப்படி யோசிக்க வைப்பது போல மெஸ்மரிஸமாக இருந்தது.

இல்ல, இதைவிட பெரிய அட்வென்ச்சர் தேவை எனக்கு, என சொல்லியபடியே குத்தூசியை தள்ளி விட்டான் இந்தியன்.

வெளிநாட்டுக்காரர்களில் இருவர் பெண்கள்.

சிக்கனம்

லையாண்டி எதையும் பக்காவாக திட்டமிடுவான், சிக்கனமாக இருப்பதிலேயும் ஒரு திட்டமிடல் இருக்கும்.

இரவு 9 மணிக்கு ஃபிளைட், 7.30க்கு விமான நிலையத்தில் இருக்க வேண்டும். வீட்டிலிருந்து 6.00 மணிக்கு பேருந்தை பிடித்தால் அதிகபட்சம் 7 மணிக்கு விமான நிலயத்திற்கு சென்று விடலாம். ஒரு தம்மடித்து விட்டு உள்ளே நுழைந்தால் சரியாக இருக்கும்.

நேற்றே லக்கேஜை பேக் செய்து விட்டான். எந்த ஜட்டி போட்டுக் கொள்ள வேண்டும் என்பதைக்கூட முடிவு செய்து ஜட்டியை எடுத்து போட்டுக்கொள்ளப் போகும் பேண்ட் பாக்கெட்டில் சொருகி வைத்து விட்டான். வெகு நீண்ட நாட்களுக்கு முன்பே வெகு குறைந்த விலையில் விமான டிக்கட்டையும் முன் பதிவு செய்து வைத்து விட்டான்.

அனைத்தும் திட்டமிட்டபடி குறைந்த செலவில் பக்காவாக நடந்து கொண்டுள்ளது. தம்மை இழுத்து கீழே போட்டுவிட்டு விமானநிலைய கேட்டிற்கு அருகில் வந்தான். கேட் மூடி இருந்தது.

விமான நிலையத்தை ஊருக்கு வெளியே மாற்றி 2 மாசம் ஆகுதுங்க என்றான் செக்யூரிட்டி.

ஒன்பதாம் உலகம்

ஹாலில் டிவியைப்போட்டு விட்டு குழந்தைக்கு பொம்மை சேனல் சத்தமாக வைத்துவிட்டு, எண்ணை தேய்த்து குளிக்க பாத்ரூமுக்குள் நுழைந்தாள் நித்யா.

சேனலில் விளம்பரம் போட்ட சற்று நேரத்தில் குழந்தை அழ ஆரம்பித்தான். புழக்கடையில் பாதி உடைந்து பாசி பிடித்து கிடந்த சிமெண்ட் தொட்டியில் ஏறி ஊரிய பாம்பு கடுப்பாகி எரிச்சலோடு ஹாலுக்குள் அதீத வேகத்துடன் நுழைந்தது. தன் அடிவயிற்றை எதிலாவது சொறிந்து கொள்ள வேண்டும் போல இருந்தது பாம்புக்கு.

கண்ணை இறுக்க மூடியபடி தலையை பக்கவாட்டில் சாய்த்து அடிமுடியை சீக்காய் போட்டு தேய்த்துகொண்டு இருந்தாள் நித்யா.

குழந்தை வளர்ந்து பெரியவனாகி சாந்தியை காதலித்து கொலை செய்தான். அந்த ராஜாங்கத்திற்கே அதிபதியாகி உல்லாசமாக வாழ்ந்து கொண்டிருந்தான்.

ஏதோ ஒரு புது உயிரினம் தோன்றியிருப்பதாகவும் அதைக்கொண்டு இறந்தவர்களை உயிர்ப்பிக்க முடியும் என்ற செய்தி பெரியவனான குழந்தைக்கு வந்து சேர்ந்தது.

அந்த உயிரினத்தை கையாள்வதில் சிறப்பானவன் என்று

அறிமுகப்படுத்தி வைக்கப்பட்டவன் ஒரு கூடையில் இருந்து அதை வெளியே எடுத்துப்போட்டான். பாம்பு.

மிகச்சில உயிரினங்களே உள்ளன. இது சரியான முறையில் கடித்தால் இறந்தவர் உயிர் பெற்றுக்கொள்வார்கள் என்பதால் இதற்கு பயங்கர கிராக்கி , இதை தொடர்ந்து கொத்த விட்டே கொன்று விடுகிறார்கள் என்றான்.

சரி, இதைச் சோதித்துப் பார்த்தே புழக்கத்தில் விட வேண்டும். முதலில் நான் சாகிறேன். என்னை கொத்த விடு, சோதித்துப் பார்க்கலாம். நான் பிழைக்கா விட்டால் உன்னை கொன்று விடுவேன் என்று கூறியபடி தூக்கு போட்டு செத்துப்போனான்.

பாம்பு நிபுணன் கொத்த விட்டான்.

நித்யா தலையை துவட்டியபடி வெளியே வந்தாள்.

குழந்தை காலைப்பிடித்துக்கொண்டே அழுது கொண்டு மயங்கி விழுந்தான்.

பாம்பு வெளியேறுவதை பார்த்தாள் நித்யா.

வழிப்பறி

பை நிறைய பணம் மற்றும் மது. அந்த குக்கிராமத்தில் இருந்து வெளியேறுவதற்கு எந்த காரணமும் இல்லை. அங்கேயே இருப்பதற்கு இருந்த வசீகரமான காரணமும் நிறைவேறி விட்டபடியால் இரவு உணவை முடித்துக்கொண்டு, இரவினூடாகவே வேறு எங்கேனும் சென்று விடலாம் என சடுதியில் என் பைக்கை கிளப்பினேன்.

அடுத்த ஊருக்கு செல்வதற்கு 120 கிலோமீட்டர். அடர்ந்த காடு, வழியில் வழிப்பறிக் கொள்ளையரைத் தவிர யாருமில்லை என்பதை சைகையாலும் வார்த்தையாலும் அன்பின் மனங்கள் உணர்த்தினர்.

பைக் ஹெட்லைட்டுக்கு போரடிக்கக்கூடாது என 10 டிகிரி இடதுபுறமும் வலதுபுறமும் அவ்வப்போது திருப்பி காட்டியபடி ஓட்டிக்கொண்டு இருந்தேன்.

அடர்ந்த மலை மற்றும் காட்டுக்கு இடையே பைக்கை நிறுத்தி சிகரட்டை பிடித்து இழுத்து முடித்து பூனையைப் போன்று குழி தோண்டி புதைத்தேன்.

இஞ்சின் சப்தம் ஃபேன் ஓடுவதைப்போன்று ஏகாந்தமாக எனக்குக் கேட்டுக்கொண்டு இருந்த சமயத்தில் தீவட்டிகளுடன் சிலர் என் பைக்கை வழி மறித்தனர்.

கதையின் முதல் வரி மீண்டும் இங்கே : பை நிறைய பணம் மற்றும் மது.

சிலர் கையில் துப்பாக்கி, சிலர் கையில் வியர்வை.

என்னை சூழ்ந்து கொண்டனர். துப்பாக்கியை உயர்த்தி பிடித்தபடி சிலர், என்னை குறி வைத்தபடி சிலர்.

பைக்கை சைட் ஸ்டேண்ட் போட்டேன். சிகரட்டை பற்ற வைத்தேன்.

எனக்கு ஒரு துப்பாக்கி வேண்டும், எவ்ளோ பணம் வேண்டும் என்றேன்.

துப்பாக்கிகள் தளர்ந்தன.

பொறந்து தொலைத்தல்

கனவில் கட்டிலில் இருந்து புரண்டு விழுவதைப்போல எண்ணிக்கொண்டு கட்டிலிலேயே விழித்துக்கொள்வதை விட சுலபமாக இருந்தது மரணம்.

நேரம் போவது மட்டும்தான் தெரிந்து கொண்டு இருந்தது. அதுவும் பழக்க தோஷம்தான். நேரம் இருந்தால்தானே போவதற்கு?

நாம சும்மா லவ் பண்ணலாமா என்றாள் அவள்?

சும்மா கூட லவ் பண்ண முடியாதுடீ என்றான் அவன். சும்மா சும்மா லவ் பண்ணி அலுத்திருந்த அவளுக்கே சிரிப்பாகத்தான் இருந்தது.

யேய் நீ இப்படியே எவ்ளோ வருஷமா இருந்துகிட்டு இருக்கே? அவ வாழ்க்கையை அவ போக்குல வாழ்ந்துகிட்டுதான் இருக்கா. புருஷனை முயங்கி, புள்ளை குட்டிங்களை பெத்தெடுத்து, இப்ப பேரன் பேத்திகளும் எடுத்திட்டா... கடைசியா கிழவியா... உனக்கு சம்மந்தமே இல்லாத நினைவுகளோடத்தான் இங்க, உன்கிட்ட வருவா என்றாள்.

தினமோ, இல்லை, வாரம் ஒருநாளோ, மாசம் ஒருநாளோ, வருஷத்தில ஒருநாளோ என்னைப்பத்தி கொஞ்சம் நினைச்சிட்டுத்தான் இருக்கா. அந்த நிமிஷத்துல மட்டும்தான் நான் வாழ்ந்துட்டு இருக்கேன். இல்லன்னா எப்பயோ பொறந்து தொலைஞ்சிருப்பேன் போடீ என்றான்.

கொலை கொலையாம்

பூட்டிக்கிடந்த அறையில் இருந்த பாடியை கடும் துர்நாற்றம் அடித்தப்பிறகு கதவை உடைத்துப் பார்த்த போது, மூலையில் அமர்ந்தபடி தலையை மடியில் போட்டபடி கிடந்தது.

புலனாய்வு ஆரம்பித்தது. அறையை துருவினார்கள். அந்த பாடியின் உறவினர்களை கண்டுபிடித்து துருவினார்கள்.

அந்த அறை யார் எடுத்தார் என்பதே அந்த ஓனருக்குத் தெரியவில்லை. பதினைந்து வருடத்திற்கு முன் யாரோ பேச்சிலர் எடுத்து, பல கைகள் மாறியிருந்தது.

பாடி ஆணா பெண்ணா என்பதே போஸ்ட் மார்ட்டத்தில்தான் தெரிந்தது.

பெரிய சென்சேஷன் இல்லாத கேஸாக இருந்தாலும், ஒரு ஸ்டடி செய்ய விரும்பி இந்த கேஸை ஒரு துடிப்பான அஸிஸ்டெண்ட் கமிஷ்னரிடம் ஒப்படைத்தார் கமிஷ்னர்.

அசிஸ்டெண்ட் கமிஷ்னர் ஒரு டீம் செட் செய்து கடுமையாக உழைத்தும் ஒரு இன்ச் கூட முன்னேற முடியவில்லை.

பல வருடங்களுக்குப்பிறகு ஃபைலை க்ளோஸ் செய்தனர் வேறு வழியில்லாமல்.

கொலை செய்தவனுக்கே, தான் தான் கொலை செய்தோம் என்று தெரியாமல் இருந்தால் யாரால்தான் கண்டுபிடிக்க முடியும்?

உண்மை

கடற்கரை விடுதியில் வழக்கத்துக்கு அதிகமாக அவளுக்கு போதை அதிகமானது. நான் ஒண்ணு சொல்றேன் என அவள் சீரியஸாக முகத்தை வைத்துக்கொண்டு சொன்ன போது, வேணாண்டீ, இப்ப கொஞ்சம் பூஸ்ல இருக்க, நாளைக்கு காலையிலயும் சொல்லணும்னு தோணிச்சின்னா சொல்லு என்றான்.

அவள் சில உண்மைகளை சொல்ல ஆரம்பித்தாள்.

ம் ம் ம் ம் ம் ம் ம் ம் என ம் போட்டுக்கொண்டு இருந்தான்.

மடியில் படுத்து விட்டாள். ஒரு தம் அடித்துவிட்டு சாய்ந்த நிலையிலேயே தூங்கிவிட்டான்.

காலையில் எழுந்திருக்கையில் அவளின் மடியில் படுத்து இருந்தான்.

அவள் மிக ஃப்ரெஷாக சிரித்துக்கொண்டே, டீ ரெடியா இருக்கு சாப்பிடறியா என ஃப்ளாஸ்கை சுட்டினாள்.

வாய் கொப்பளித்து விட்டு, டீ நாக்கை இன்பப்படுத்தி பொசுக்கையில், நான் உங்கிட்ட ஒரு உண்மையை சொல்லணும் செல்லம் என்றாள்.

அது எல்லாம் பொய் குட்டி செல்லம் என்றபடி டீயை வைத்து விட்டு அவளை தூக்கிக்கொண்டு கடற்கரையை நோக்கி நடந்தான்.

கொலை

கதவைத் திறந்து நைஸாக பெட்ரூமிற்குள் கூட்டிக்கொண்டு போனாள்.

வேட்டியை மடக்கி மூஞ்சுக்கு போர்த்திக்கொண்டு நிம்மதியாக தூங்கிக்கொண்டு இருந்தான் கணவன். உள்ளாடை இல்லை.

பெட்டுக்கு பக்கத்தில் கணவனின் உள்ளாடை கிடக்கிறதா எனத் தேடினான் காதலன்.

கத்தியா? தலையணையா? என முடிவு செய்வதற்குள் மூன்று முறை முத்தமிட்டுக்கொண்டனர்.

அவளை செட்யூஸ் செய்து கீழே படுக்கவைக்க முயற்சி செய்தான் காதலன்.

ப்ளீஸ், இப்ப வேணாம், கொலை செஞ்சிட்டு அப்புறமா பாத்துக்கலாம் எனக் கெஞ்சினாள்.

கெஞ்ச கெஞ்ச, அவளை விடாமல் கீழே படுக்க வைத்தான் காதலன். கணவன் புரண்டு படுத்தான். அலறி சுருட்டிக்கொண்டு எழுந்தாள் அவள்.

கடுப்புடன் எழுந்தான் காதலன்.

தலையணையை முகத்தில் வைத்து அழுத்தி கொலை செய்தான். வாடீ என்றான். புணர்ந்தான். மறுநாளே மாட்டிக்கொண்டான். ஜெயில் சென்றான்.

கணவனின் தலையணைக்கு அடியில் போலீஸ் எடுத்த கணவனின் உள்ளாடையின் முக்கியத்துவம் அவன் உட்பட யாருக்கும் தெரியாமல் போனது.

எஸ் எம் எஸ்

தன் மனைவியின் கைப்பேசியை எடுத்து நோண்ட வேண்டும் என்ற ஆசை குரல்வளைக்கு ரொம்ப நாளாக இருந்தது. ஆள் தன்னைத்தானே ஜெண்டில்மேன் என நம்புவதால் அதைச் செய்யக் கூச்சமாக இருந்தது குரல்வளைக்கு.

மனைவி பாத்ரூமில் எண்ணெய்த் தேய்த்து குளிக்கச் சென்றதும் மொபைலை நோண்ட இதுதான் சரியான தருணம் என பாய்ந்து (எவண்டா பாயறான் இப்ப) மனைவியின் மொபைலை எடுத்தான். இந்த தருணத்தில் மொபைலை நோண்டுவதை விட... என நினைத்த அடுத்தக் கணம் பாத்ரூமுக்கு பாய்ந்தான் குரல்வளை.

பாகம் 1 முற்றும்.

பாகம் 2 :

மனைவி மற்றொருநாள் டாய்லெட்டிற்குள் சென்றதும் , மொபைலை நோக்கி பாயாமல் மெதுவாக நடந்து சென்று மெசேஜை எடுத்துப் பார்த்தான். ஊசி சொல்லிக்கொடுத்திருக்கிறான், கால் ரெஜி ஸ்டரை பார்ப்பதை விட மெசேஜை பாரு, யாராயிருந்தாலும் அங்க மாட்டிப்பாங்க என்று.

மெசேஜில் பெரிதாக ஏதும் இல்லை. ஊசி என்னா பெரிய மசிறு என நினைத்துக்கொண்டே, தன் புத்திசாலித்தனத்தை மெச்சியபடியே டிராஃப்டை நோண்டினான்.

தனக்கு படு காதலாக பல மெசேஜ்களை டைப் செய்து அனுப்பாமல் டிராஃப்டில் வைத்திருந்ததை படித்து கண் கலங்கியது குரல்வளைக்கு.

ஊசி அவன் மனைவிக்கு சொல்லிக் கொடுத்திருந்தது குரல்வளைக்கு தெரியாது.

ஆக்ஸிடண்ட்

ஒரு ஆக்ஸிடெண்டில் நித்யாவின் கணவனும் நித்யாவின் 2.3 வயது மகளும் நித்யாவுடன் சேர்ந்து பயணித்து செத்துப்போனார்கள். நித்யா பின் சீட்டில் பயணித்ததால் தப்பித்துக்கொண்டாள்.

மொத்தமாக 196 மணி நேரம் அழுதிருப்பாள் நித்யா. கணக்கு எடுத்து முடித்ததற்குப்பின்பும் அவ்வப்போது அழுது கொண்டுதான் இருந்தாள் நித்யா.

சூரிதாரை அழுகையுடனேயே தைக்கப்போகும் போது அந்த தையல்காரன் தன் மீது வரவைத்த காதலை அழுகையை சாக்கிட்டு துடைத்து எறிந்தாள்.

குடும்பம் ஏதேதோ சொல்லி வேறு கல்யாணம் செய்து கொள்ளச்சொல்கையில் கொஞ்சம் இதமாக உணர்ந்து அழுது கொண்டே உள் அறைக்கு ஓடிவிடுவாள்.

ஒரு கட்டத்தில் மெதுவாக உள் அறைக்குச்செல்கையில் , குடும்பம் அவளுக்குச் சம்மதம் என உணர்ந்து சொல் பேச்சு கேட்கும் கொய்யானை கட்டி வைத்தது.

நித்யா முதலிரவு போலத்தான் உணர்ந்தாள். கொய்யான் அப்படி உணரவில்லை.

கொய்யானுக்கும் ஒரு குழந்தை பிறந்தது. அது அச்சு அசலாக

கொய்யானைப்போலவே இருந்தது.

அந்தக்குழந்தை வளர்ந்தது. நித்யா அதை தூங்க வைக்க பாட்டுப்பாடுகையில், கண் கலங்கினாள்.

அதைப்பார்த்த கொய்யான் , யேய் , நீ பழைய குழந்தையை நினைச்சிதானே கண் கலங்குற எனக் கேட்டான்.

கொய்யானை முதல் முறையாக இழுத்து அணைத்துக்கொண்டாள் நித்யா.

கொய்யான் இப்போது அடுத்த கேள்வியை கேட்கவில்லை.

பைபாஸ்

காதல் தோல்வி. காதல் தோல்வின்னா சும்மால்லாம் இல்லை. உலக காதல் தோல்வி. ரொமியோ ஜூலியட் ஆவது சேமியா உப்புமா ஆவது, இந்த கிண்டலே இந்தக் கதைக்குத் தேவை யில்லை.

ஓகே. காதல் தோல்வி.

நண்பனின் வீடு. மொட்டை மாடி. இருபுறமும் தோட்டம். கூப்பிடு தூரத்தில், பைபாஸ் வாகனங்களின் வெளிச்சங்கள். ஆக்சுவலாக அது கூப்பிடு தூரம் இல்லை.

ஒற்றை பனை மரம். அரை வெண்ணிலா. குடிக்க உயர்தர மது. புகைக்க மெல்லிய சிகரட்.

அவன் குடிக்கவில்லை . தனியாக இருக்கிறான். புகைக்கவில்லை. பால்கனிக்கு வந்து மேலே சொன்ன சிச்சுவேஷனை உள் வாங்குகிறான்.

மறந்து விடாதீர்கள். கடும் காதல் தோல்வி.

இப்போது அவன் உள்ளே போய் குடிப்பானா? கதை ஏதும் எழுதுவானா? இல்லை தூங்குவானா? தூங்க முடியுமா?

இந்த சிச்சுவேஷனில் அவன் கதை எழுதினால், அதை படிக்கும் அளவுக்கு சாடிஸ்டா நீங்கள்?

ஏன் இவ்வளவு நேரம் படித்துக்கொண்டு இருக்கிறீர்கள்?

மரம்

பழம் எப்ப விழுமாம்? பெருங்கூட்டமும் கிசு கிசுப்பாக இதையே கேட்டுக்கொண்டு இருந்தது. கூட்டத்திற்கு நடுவே சில நபர்கள் மர்மமாக ஏதோ செய்தபடி இருந்தனர். அவர்கள்தான் பழம் எப்போது விழும் என்பதை கணித்து சொல்பவர்கள்.

அவர்கள் அனைவரும் ஒரு பெரு மரத்தை சுற்றி அமர்ந்து இருந்தனர்.

அந்த மரத்தை அண்ணாந்து பார்த்தால் வானத்தை கிழித்துக் கொண்டு மேலே மேலே மேலே சென்று எந்தப் புள்ளியில் கண்ணுக்கு தெரியாமல் போகிறது என்பதே தெரியவில்லை. கண் சிமிட்டி விட்டு மீண்டும் பார்த்தால் வேறொரு புள்ளியில் முடிவது போல இருந்தது.

மரத்தின் முடிவில் ஒளி இல்லாததால் அதன் உச்சி தெரியவில்லை. இல்லையெனில் அதுவும் ஒரு நட்சத்திரத்தைப் போல ஜொலித்துக் காட்டியிருக்கும்.

மிக மிக முதியவர் ஒருவர், போன மாதமே இந்த மரத்தில் இருந்து பழம் விழுந்திருக்க வேண்டும், ஏன் இவ்வளவு தாமதமாகிறது எனத் தெரியவில்லை என்று எரிச்சலோடு கூறினார். அனைவரும் கடும் பசியோடு இருந்தனர்.

மர்மமாக ஏதோ செய்து கொண்டு இருந்தவர்களில் மூத்தவர் சொன்னார், பழம் மரத்தில் இருந்து விழுந்து 6 மாதங்களுக்கு

மேல் ஆகிறது, இன்னும் ஏன் இங்கே வந்து விழவில்லை எனத் தெரியவில்லை என்று கவலையுடன் கூறினார். அதிக பட்சம் ஐந்து மாதங்களுக்குள் விழுந்து விட வேண்டுமே என முணுமுணுத்தபடி மீண்டும் மர்மமான வேலைகளில் மூழ்கிப்போனார்.

பழம் விழுவதற்கு ஒரு மணி நேரம் முன்பே வானத்தில் பிரம்மாண்டமாக தெரிய ஆரம்பிக்கும். சிறுவர்கள் பழம் தெரிய ஆரம்பித்தவுடன் ஓட ஆரம்பிப்பார்கள். பழம் விழும் இடம் என பெரியவர்களால் குறித்து வைக்கப்பட்டு இருக்கும் எல்லையையும் தாண்டி சென்று நின்று பார்ப்பார்கள். நேரமாக நேரமாக அதன் வடிவம் பெரிதாகிக்கொண்டே வந்து தொம்மென விழும். விழுந்த வேகத்தில் அந்த பிரம்மாண்டமான பழம் பிரிந்து, நாலாபுறமும் சிதறி தெறிக்கும். உடல் முழுக்க பழ அபிஷேகத்துடன் மக்கள் மகிழ்ச்சியுடன் அதை கையால் வழித்து தின்றபடியே பழத்தை நோக்கி ஓடுவார்கள்.

பழம் விழுவதைப்பற்றி தெளிவாக ஏதாவது சொல்லும் வரை எங்கும் நகராமல் அங்கேயே காத்துக்கிடந்தனர் மக்கள்.

உண்மையில் பழம் விழுந்து இரண்டு மாதத்திற்கு மேலாகி யாரும் கண்டுகொள்ளாமல் அழுகிக்கொண்டு இருந்தது.

இந்த மரம் மட்டும் வித்தியாசமாக இன்னொரு துணைக்கிரகத்தை துளைத்து ஓங்கி தாங்கி வளர்ந்து நின்றதை யாராலும் கணிக்க முடியவில்லை.

கடப்பு

ஒரு வீட்டுக்குள், இல்லை அறைக்குள், சரி வேண்டாம், ஒரு ஹோட்டலுக்குள் இருக்கையில் ஒரு பைக் உங்களை கடக்கிறது. அதாவது ஒரு சவுண்ட், சாரி சாரு, ஓசை கடக்கிறது.

கடந்து விட்டதா? ஓகே!

ஒரு ஏரோப்ளேன், ஒரு மிஸ்டுகால், ஒரு திட்டு, சடுதியில் கடக்கும் ஒரு ஆட்டோ, போதையில் இருக்கையில் கிடைக்கும் ஒரு முத்தம், மேனேஜரின் பாராட்டு, வெஸ்டர்ன் டாய்லெட்டின் ஃப்ளஷ் அவுட் என சகலமும் சவுண்டாகவே, சாரி சாரு, சத்தமாகவே, நம் வாழ்வில் பதிவாகின்றன.

காதலியின் முலைகளை நினைப்பது சுயஇன்பத்திற்கு வேண்டுமானால் பயன்படுமே தவிர, அவள் ஐ லவ் யூ எனச் சொல்லிய சத்தம்தான் அவளிடமான உறவை பின்னிப் பிணைத்து வைத்திருக்கிறது.

கண்களை விட காதுகளுக்கு அதிக முக்கியத்துவம் தருகிறோமோ? கண்களை விட காதுகள் அதிக கிரியேட்டிவானவை. காதுகளைப்பற்றி யாரும் அதிகம் சொல்லியதுமில்லை. காதுகளில் முத்தமிட்டவர்களே மிகக் குறைவு.

கண்களால் விழுந்த சாம்ராஜ்ஜியத்தை காதுகள் தூக்கி நிறுத்தியிருக்கின்றன.

கண்கள் தூங்கும். காதுகள் தூங்குவதில்லை.

எழுத்தாளர்

ஏம்பா இந்த எழுத்தாளருக்கெல்லாம் என்ன தண்டனை கொடுக்கற? எப்டி அவங்க வீடுபேறு அடையறாங்க என கேட்டுக்கொண்டே கைலாயத்துக்குள் நுழைந்தார் விஷ்ணு.

இல்லப்பா, பிரம்மா கிட்ட ஏதோ பிரச்சனை இருக்கு. உலக எழுத்தாளரெல்லாம் ஒரு மாதிரி இருக்கான். இந்த தமிழ் எழுத்தாளர் மட்டும் தறி கெட்டுத் திரியரான். பிரம்மாவுக்குத்தான் ஏதாவது தண்டனை கொடுக்கணும் போல இருக்கு என்றார் சிவன்.

இல்லப்பா, எந்த ஒரு சிஸ்டத்துலயும் சின்னத் தப்பு நடக்க வாய்ப்பு இருக்கு. அது தமிழ் எழுத்தாளர் கிட்ட நடந்து போச்சி போல, விட்டுத்தள்ளு என்றார் விஷ்ணு. நானே ஒரு எழுத்தாளர்தானே என்றும் கூறி தெனாவட்டாக பார்த்தார் விஷ்ணு.

துணுக்குற்ற சிவன், நானும் ஒரு எழுத்தாளர்தான் என்றார்.

ஏம்ப்பா டென்ஷன் ஆவற, நீ ஒரு போலி எழுத்தாளர் என்றார் விஷ்ணு. மேலும் தான் சொல்லச்சொல்ல எழுதிய புத்தகம்தான் பெஸ்ட் செல்லர் என்றும் சொல்லி சக்கரத்தை சுழற்றி விட்டு திரும்ப கையில் பிடித்தார்.

கடுப்பான சிவன் கழுத்தில் கிடந்த பாம்பை தூக்கிப்போட்டு தரையில் அடித்து, யோவ் உனக்கு எவ்ளோயா ராயல்டி வருது என்றார் கோபமாக.

அண்ட சராசரமும் நடுங்கி அடங்கியது. பாவ்லோ கொய்லோவின்

லேப்டாப் செயலிழந்தது. சேத்தன் பகத்தின் மதுக்கோப்பை உடைந்து நொறுங்கியது. நரகத்தில் கிழிந்த கோட்டுடன் கிடந்த தஸ்தயேவ்ஸ்கியின் கடன் வாங்கிய, சாரி பிச்சையெடுத்த மது அவரின் கிழிந்த, இன்னும் சாகாமலிருக்கும் மூட்டைப்பூச்சி கோலோச்சிக் கொண்டிருக்கும் கோட்டிலேயே ஊற்றியது. தஸ்தயேவ்ஸ்கி மீண்டும் மரணமெய்தினார். ஆஃப்கானிஸ்தானில் கவிஞராகப் பிறந்தார்.

சிவன் விஷ்ணு இருவருக்கும் தத்தம் மனைவிமார்களிடம் இருந்து தாக்கீது வந்தது.

ஆடிட்டிங்கில் இருக்கிறோம் என்று இருவரும் அனுப்பிய ஒரே மெசேஜை இருவரும் பார்த்து பிரம்மித்தனர்.

சரிப்பா, என் ராயல்டீயெல்லாம் விடு, இந்த தமிழ் எழுத்தாளர் களெல்லாம் எப்படி செத்து இங்கே வருகிறார்கள்? அவர்களுக் கெல்லாம் என்னதான் விமோசனம் என்றார் விஷ்ணு.

காசு பணம் சாப்பாடு சிகரட் தண்ணி எல்லாத்தையும் தாண்டி அங்கீகாரம் இல்லைன்னு நொந்து நூலாய்ப்போய் வரான். எனக்கே நீ அங்கீகாரம் தர மாட்டேங்கிற, அப்புறம் என்னாத்தை சொல்றது என்றார் சிவன்.

ம்ம் ம்ம் என்றார் விஷ்ணு.

என்னய்யா... நீதான் இண்டர்நேஷனல் ரைட்டர் மாதிரி ஜாலி பண்ணிட்டு இருக்கற, பல பொண்டாட்டி, கடன், ஜாலி, கில்மா, உனக்கு பல ரசிகர் கூட்டம் வேற என்று வயிறெறிந்து சொன்னார் சிவன். நான் தமிழ் ரைட்டர் போல வெட்டி பந்தா காட்டிகிட்டு கடக்கறேன் என்று புலம்ப ஆரம்பித்தார் சிவன்.

ஹாஹா இப்போ புதுசா ரெண்டு தமிழ் ரைட்டரை பிறக்க வச்சிருக்கேன் என 128 பற்களையும் காட்டியபடி பிரம்மா நுழைந்தார்.

நீ இதுவரைக்கும் ஏதாவது எழுதியிருக்கியாடா? என கொலைவெறியோடு இருவரும் கேட்டனர் .

மசாஜ்

அவர்கள் துடிப்பான ஃபன்னியான ஜாலியான கப்பிள். பொங்கி வழியும் காதலில் பரஸ்பர நம்பிக்கையும் கொப்பளிப்பதால் இருவருக்கும் இடையில் எல்லையில்லா சீண்டல்களும் அதிகம்.

அவனை கொஞ்சம் சைட் அடிச்சிக்கறேன்டா, அவ கரக்ட் ஆகறாளான்னு பாக்கட்டுமாடீ என்ற ரேஞ்சுக்கு விபரீத எல்லைக்கோட்டை தாண்டியும் விளையாடுவார்கள்.

அவனை ஒரு மசாஜ் பார்லருக்கு அழைத்துச் சென்றாள். அது ஒரு சேலஞ்சிங்க் மசாஜ். ஒரு கைகாரி எரோட்டிக்காக மசாஜ் செய்வாள். அவள் என்ன செய்தாலும் மசாஜ் முடியும் வரை அமைதியாக படுத்திருக்க வேண்டும், இதுதான் சேலஞ்ச்.

சும்மாவே படுத்திருந்து வெற்றி பெற்றால் 5000 $ வெல்லலாம். நடுவில் சூடு தாங்காமல் அவளை தொட்டாலோ, பிடித்து இழுத்தாலோ, அணைத்தாலோ, முத்தமிட்டாலோ ஆட்டம் க்ளோஸ். 1000 $ தர வேண்டும். இதுவரை 1000 டாலர்கள் தந்து விட்டு வந்தவர்கள்தான் அதிகம்.

உன்னை இன்னிக்கி பாக்கறண்டா என சொல்லியபடியே புன் சிரிப்புடன் அவனை உள்ளே அனுப்பி விட்டு, அமர்ந்திருந்தாள்.

ஒரு மணி நேரத்திற்கு பின் அவன் வெளியே வந்தான். அவன் வென்றதாகவும் அதனால் *5000* $ தரப்படுவதாகவும் சொல்லப்பட்டது.

அவனை அணைத்துக்கொண்டாள். ஐ லவ் யூ என கீச்சிட்டபடி உதட்டில் முத்தமிட்டாள்.

கலக்கிட்டடா என்றாள்.

இல்லடீ, ரூல்ஸே சரியில்லை என்றான்.

ஏண்டா?

தாங்க முடியாம நாம அத்துமீறினாத்தான் ஆட்டம் க்ளோஸ்னு சொன்னவங்க, அவ தாங்க முடியாம அத்துமீறினா என்னான்னு சொல்லவே இல்லையே என்றபடி கண்ணடித்து சோகமாக முகத்தை வைத்துக்கொண்டான்.

ஆன் டைம்

டிராஃபிக் நகராமல் கவுந்தடித்துக் கிடக்கும் ஆமை போலத் தோன்றியது சல்வானுக்கு. டிரைவர் சீட்டிலிருந்து தான் கொஞ்சம் முன்னகர்ந்து அமர்ந்து கொண்டான். ஸ்டியரிங் இடித்தது. ப்ச் என்றபடி பின்னகர்ந்து கொண்டான். சீட்டில் சாய்ந்து கொள்ளாமல் , விரைப்பாக இருந்தான்.

அந்த இடத்திற்கு சென்று சேர இன்னும் 15 நிமிடங்கள் மட்டுமே இருந்தன. டிராஃபிக் நிறைமாத கர்ப்பிணிப் பெண் போல லேசாக அசைந்தாடியது.

சல்வானுக்கு டென்ஷன் இதயம் தொண்டை வழியாக வெளியே வந்து குதித்து விடும் போல இருந்தது.அடிக்கடி ப்ச், ப்ச் என சொல்லிக்கொண்டான். ஹார்னை வெட்டியாக அடித்துப்பார்த்தான்.

டிராஃபிக் லேசாக மூவ் ஆக ஆரம்பித்தது. யாருக்கும் அன்று கருணை காட்ட மனமில்லை சல்வானுக்கு. ஒரு கிழவி, சைக்கிளில் தள்ளாடியபடி மிதித்துக்கொண்டிருந்த கிழவர், பெண்கள் குழு என அனைவரையும் மிரட்டி எடுத்து கிடைத்த கேப்பில் ஓட்ட ஆரம்பித்தான்.

சிவப்பு விளக்கில் ஹாரனால் அலறிக்கொண்டு நிற்காமல் தாண்டினான்.முதல் கியரிலேயே இஞ்சின் கதற கதற தூக்குவது,

சடாரென பிரேக் அடிப்பது என்பதாக வேகம் மட்டுமே குறிக்கோளாக குறித்த நேரத்திற்கு 5 நிமிடம் தாமதமாக அந்த பார்குக்கு வந்து விட்டான் சல்வான்.

நல்ல காலம் லனிதா இன்னும் வரவில்லை.

இதயம் இன்னும் சீனி வெடிச் சரம் வெடிப்பது போல துடித்துக்கொண்டிருந்தது. பின்னங்கழுத்து வலித்தது. லனிதா தூரத்தில் பரபரப்பாக வருவதைப் பார்த்ததும் மூச்சை ஆழமாக இழுத்து விட்டான்.

சாரிடா, 5 மினிட்ஸ் லேட் ஆயிடுத்து என்றாள் லனிதா.

இல்ல லனி, நானும் இப்பதான் ஜஸ்ட் இப்பதான் வந்தேன் என்றான்.

லனிதாவும் டென்ஷனாக இருந்தாள்.

இருவர் முகத்திலும் கொஞ்சம் கொஞ்சமாக ஆசுவாசம் தென்பட ஆரம்பித்தது.

சரிடா சொல்லு, எங்க போகலாம் என்றாள் லனிதா.

எனக்கு ஐடியா இல்ல, நீயே சொல்லுடீ என்றான் சல்வான்.

இருவரும் ரிலாக்ஸாக பார்க்கில் இருக்கும் பெஞ்சில் அமர்ந்து யோசிக்க ஆரம்பித்தனர்.

பேய்க்காதல்

விமானம் பிடிக்க சொச்ச நேரம் மிச்சமிருக்கையில் நிலையத்தினுள் இருக்கும் பாரில் ஷாட் அடித்துக்கொண்டு இருந்தேன். அசரடிக்கும் அழகில் நுனி விரலால் என் கிளாஸில் அதுவரை ஷாட்களை ஷூட் செய்து கொண்டு இருந்தவள், திடீரென என் கண்களை ஊடுருவி, உன்னுடம்பு எனக்குத் தேவைப்படுகிறது என்றாள்.

இதென்னடா ராசா? மாடர்ன் பெண்ணாக இருந்தாலும் இந்தளவுக்கு போல்டா? காதல் கத்திரிக்காய், அன்பு சுண்டைக்காய் என்றெல்லாம் ஃபோர் பிளே செய்து உடை அவிழ்ப்பதை விட இது பரவாயில்லைதான் என்று சென்றுகொண்டிருந்த என் நினைப்பைக்கெடுத்து, உன்னுடம்பில் நான் புக வேண்டும் என்றாள்.

ஷாட் எதாவது குழப்புகிறதா? என குழம்பியபடி ஷாட்டை அடித்துப்பார்த்தேன். ஷாட் குழப்பவில்லை. இவள் பேசுவது நிஜம்தான்.

என்ன சொல்ற? தெளிவா சொல்லு, டூ யூ லைக் டூ ஜஸ்ட் ஃபக் மீ? ஆர் லைக் டூ டூ எனிதிங் க்ரேஸி?

நான் பேசுவது இவளல்ல, இவளால். உன்னுடன் பேசுவதற்காக இவளுடம்பில் புகுந்துள்ளேன். உன்னுடலில் புக அனுமதி கேட்கிறேன். நான் பேய் என்றாள், என்றது.

வழக்கமாக பேய் அனுமதி கேட்பதில்லையே என்றேன், காலியாக இருக்கும் க்ளாஸைப் பார்த்துக்கொண்டே...

க்ளாஸ் எட்ஜில் இருந்து வட்டமாக அருவி போல் பொங்கி மது கொப்பளித்து ரொம்பியது.

வழக்கமாக கேட்பதில்லைதான். இப்போது என் தேவை வேறு மாதிரியானது. நான் ஒரு பேயை காதலிக்கிறேன். அதற்கு காதல் கடிதம் எழுத வேண்டும்.

க்ளாஸை எடுத்து குடித்தேன். பேய் பிடித்தபின் அந்த நளினா இன்னும் வசீகரமாக மாறி இருந்தாள். கண்களில் கூர்மை. களைத்து அலைபாய்ந்த மார்பகங்கள், கூர் கொண்ட பார்வை. கருப்பு ஸ்கர்ட்டில் இருந்து வெளிப்பட்ட தொடைகள் சன்னமான மயிர்க்கால்களில் சிலிர்த்துக்கொண்டு இருந்தன.

ஓகே, பூந்துக்கோ, ஆனா ஒரு டீல் என்றேன்.

விமானத்தில் பறந்துகொண்டு இருந்தபோது, என்னுடம்பில் புகுந்த பேய் என்னுடனேயே பேச ஆரம்பித்தது. என்னிடமே பேசுவதற்குத்தான் பர்மிஷன் கேட்டு பூந்ததாம். இதுபோல செய்ய எல்லா பேய்களாலும் முடியாதாம். கடுமையான பயிற்சிகள் மூலம் சில பேய்களுக்கு மட்டும் இது கைவருவதாக கூறியது.என்ன பேசி உணர்த்த வேண்டுமோ, அதை நம் மூளையின் நியூரான்களில் பேய்ச்சலனம் உருவாக்குவதன் மூலம் உணர்த்தி விடுமாம்.

பேய் பேசுவது எனக்கு கேட்கவில்லை. உணரத் தொடங்கினேன்.

பேப்பரை எடுத்து, காதல் கடிதம் எழுத ஆயத்தமானேன்.

பேய் சொல்ல சொல்ல அப்படியே எழுதக்கூடாது. மேட்டரை மட்டும் புரிந்து கொண்டு, என் கவிதை மொழியில் நான் எழுத வேண்டும். நான் கவிஞன் என்பதால்தான் என் உடம்பு. நான் பேய்க்கே புரியாத மாதிரி கொடூரமான இலக்கியக் கவிதைகள் எழுதுபவனல்ல. பொழுது போக்காக திரைப்படங்களுக்கு எழுதுபவன். பேயின் காதலி சினிமாப் பைத்தியம் போல.

பேய் தன் காதலியைப் பற்றி சொல்ல ஆரம்பித்தது. எழுத ஆரம்பிப்பதற்கு முன், உன் காதலியை நான் பார்க்க வேண்டும் என்றேன்.

பேய்க் கடுப்பானது எனக்கு புரிந்தது. அந்த பேயை நான் சைட் அடிக்க நினைத்தது என்னுள் இருக்கும் பேய்க்கு தெரிந்து விட்டதை உணர்ந்தேன். ஓ... நான் நினைப்பதும் அதற்கு தெரிந்து விடுமா ?

ஆமாம் என்றது. புரிந்தது. உங்க ஆசைக்கு அளவேயில்லையா? நாயி பேயி என எல்லாத்தையும்... என பேய் திட்டியது. ஆனாலும் நல்ல காதல் கடிதம் கை கூட வேண்டும் என்பதால் அந்த காதலி பேயை காட்டியது.

அசரடிக்கும் அழகுதான். இது வேறு மாதிரியான அழகு. உண்மையிலேயே சாகத் தூண்டும் அழகு. சாகத் தகுதியான அழகு.

பேய் தன் எண்ணங்களை சொல்லிச் சொல்லி என் மூளையை அதன் ஆக்ரமிப்பில் இருந்து விடுவிக்க, நான் என் வரிகளில் காதல் கடிதம் எழுதத் தொடங்கினேன். சமயங்களில், பேயின் எண்ணங்களை மீறி, என் காதலையும் சேர்த்து எழுத எத்தனிக்கையில், அப்படியே குழம்பிப் போய் பேனாவால் என் தொடையை நானே குத்திக்கொண்டேன்.

பல விதமான எண்ண நிரடல்களோடு, கடிதத்தை எழுதி முடித்தேன். பேயின் சந்தோஷத்தை உணர்ந்தேன்.

விமானம் தரை இறங்கியது.

நீ உன் வேலையை முடித்து விட்டு வா. உனக்காக இங்கேயே காத்திருப்பேன் என்றது. கடிதத்தை மடித்து பையில் வைத்துக் கொண்டேன். விமானத்தை விட்டு இறங்கினேன். இரண்டு 10 கிலோ கல்லை தலையில் கட்டி தொங்க விட்டது போல இருந்தது. சூடாக ஒரு காஃபி குடிக்க போனேன்.

லக்கேஜ் பெல்டில் அதிசயமாக முதலில் என் லக்கேஜ் வந்தது.

விமான பணிப்பெண் சிரித்துக்கொண்டே என் லக்கேஜை தூக்கிக்கொண்டு என் டாக்ஸி வரை வந்தாள்.

பின் குழம்பிப்போய் நிலையத்தினுள் ஓடினாள். டிரைவர் மரியாதையாக நடந்து கொண்டார். பணம் வேண்டாம் என கூறி விட்டார். என் அனைத்து வேலைகளும் வழக்கத்தை விடசுலபமாக முடிந்தன.

பேய் என்னை பிடிப்பதற்கு முன் எனக்கும் பேய்க்கும் முடிந்த டீலை சொல்ல மறந்து விட்டேன்.

இந்த ஷாட் ஊற்றிக்கொடுக்கும் நளினாவை எனக்கு ரொம்ப பிடித்திருக்கிறது. இவளை ஒரு முறை ஹி ஹி... அதற்கு நீ எனக்கு உதவ வேண்டும் என்றேன்.

ஆகட்டும்... முதலில் கடித வேலை முடியட்டும் என்றாள் நளினா. என்றது பேய்.

இப்போது வேலைகளை முடித்துக்கொண்டு விமான நிலையம் செல்கிறேன்.

நளினாவின் நளின வளைவுகள் என் ஒவ்வொரு மயிர்க்காலிலும் கிறக்கத்தை உண்டு பண்ணி இருந்தது.

நிச்சயம் பேய் கொடுத்த வாக்கை மீறாது. நளினாவை பிக்ஸல் பிக்ஸலாக புரட்டி, திருப்பி, வளைத்து நெளித்து கவ்வி சுவைக்க வேண்டும் என வெறி ஏறியது. மடியில் கைவைத்து அமுக்கிக்கொண்டேன். நளினாவின் அழகோடு போட்டிப்போட்டு அந்த பேய்க்காதலியின் அழகும் என்னைவாட்டி எடுத்தது.

விமானத்தில் ஏறி அமர்ந்தேன்.

பணிப்பெண் வாட்டர் பாட்டில் கொடுக்க குனிந்து தன் மார்பகத்தை என் முகத்தில் வைத்து அமுக்கி உனக்குள்ள பூந்துக்கட்டுமா என்றாள்.

ம்ம் என்ன சொல்ற புரியலை என்றேன். திரும்ப அதே போல சொல்லு என்றேன்.

சிரித்துக்கொண்டே மீண்டும் மார்பகங்களை நன்றாக என் மார்பில் பதிய அழுத்தினாள்.

புரியிது பூந்துக்கோ என்றேன்.

என்மீது சரிந்த பணிப்பெண் வெலவெலத்து எழுந்து ஓடினாள்.

விமானம் தரை இறங்கியதும் என் காதலியை அந்த நளினா உடலுக்குள் பூந்து கொள்ள சொல்வேன். நீ இந்த கடிதத்தை என் காதலியிடம் கொடு என்றது. எனக்கு புரிந்தது.

என் மேட்டர் என்றேன்.

அவள் படித்து விட்டு போகட்டும். பின் நளினா உடலுக்குள் நான் பூந்து கொள்கிறேன். நீ எங்கு வரச்சொல்கிறாயோ அங்கே வருகிறேன். நளினா வருவாள். உன் மேட்டரை முடித்துக்கொள் என்றது.

விமானம் தரை இறங்கியது.

நளினாவை நோக்கிச் சென்றேன். நளினா ஆர்வமாக என்னைப் பார்த்தபடி இருந்தாள்.

பயப்படாதே.... என் ஆள் அவளுக்குள் பூந்து விட்டாள். கடிதத்தை கொடு என்றது.

பாக்கெட்டில் இருந்து கடிதத்தை கொடுத்தேன்.

நளினா படிக்க ஆரம்பித்தாள்.

நான் என் பேயிடம், உனக்கு ஓர்க் அவுட்டாகிவிடும். உன் ஆள் ஓகே சொன்னதும் உன் ஆளை போக சொல்லி விடாதே. நீ நளினா உடலுக்குள் பூந்தால் அவளைஅனுபவிக்கும்போது, ஆண் பேய் அவளுடம்பில் இருப்பது எனக்கு ஒரு மாதிரியாக இருக்கும். உன் ஆளே அவளுள் இருக்கட்டும். என்அறைக்கு நளினாவை அழைத்துவரச்சொல். நான் அனுபவித்துக் கொள்கிறேன் என்றேன்.

நான் சொன்னவைகள் டிஜிட்டல் எழுத்துக்கள் போல நளினா படித்துக் கொண்டிருந்த கடிதத்தில் தோன்றின.

நளினா கடிதத்தை படித்துவிட்டு கிழித்துப்போட்டாள். என் மூளை கொஞ்ச நேரம் அதிர்ந்து கொண்டேயிருந்தது.

மின்னல் வெட்டு போல சிலிர்த்துக்கொண்டாள் நளினா. கிழிந்து கிடந்த கடிதம் ஒன்று சேர்ந்து ஒட்டிக்கொண்டது.

நளினா அந்தக்கடிதத்தை எடுத்து படிக்க ஆரம்பித்தாள்.

கண்களில் காதலுடன் என்னை நோக்கி வந்து என்னை அணைத்துக் கொண்டாள். மென்மையாக உணர்ந்தேன். திடீரென மீண்டும் மின்வெட்டு. இப்போது கடும் இறுக்கமான அணைப்பு, எலும்புகளே நொறுங்கிப்போபது போல உணர்ந்தேன்.

என்னால் ஏதும் செய்யமுடியவில்லை. என் கை அவள் கையை பிடித்துக் கொண்டே எனதுடம்பு, எங்கோ என்னையறியாமல் சென்று கொண்டிருந்தது.

அராத்து பாண்டிச்சேரியில் பிறந்து, கடலூர் மாவட்டம் புவனகிரியில் வளர்ந்தவர். சமூக வலைத்தளங்களில் தொடர்ந்து எழுதி வருவதன் மூலம் கவனம் பெற்றவர். நீயா நானா உட்பட பல தொலைக்காட்சி விவாதங்களில் கலந்து கொண்டிருக்கிறார். விகடன், குமுதம் மற்றும் அந்திமழையில் இவரது சிறுகதைகள் வெளிவந்து இருக்கின்றன.

மென்பொருள் துறையில் டிரெயினிங் - கன்சல்டிங் நிறுவனம் நடத்தி வரும் இவர், தொழில்முறை எழுத்தாளர் அல்ல. பொழுதுபோக்குக்காக எழுதுபவர். இவர் இதுவரை எந்த விருதும் வாங்கியதில்லை!

வெளிவந்துள்ள இவரது நூல்கள்

1. பிரேக்-அப் குறுங்கதைகள்
2. தற்கொலைக் குறுங்கதைகள்
3. அராஜகம் 1000 - ட்வீட் தொகுப்பு
4. இங்கு பஞ்சர் போடப்படும் - நகைச்சுவை கட்டுரைகள்
5. உயிர் மெய் - நாவல்
6. காட்டுப்பள்ளி - குழந்தைகள் நாவல்
7. ஆழி டைம்ஸ் - குழந்தை குறும்புகள்
8. நள்ளிரவின் நடனங்கள் - சிறுகதைகள்

www.ingramcontent.com/pod-product-compliance
Lightning Source LLC
LaVergne TN
LVHW101422051026
849519LV00005BC/1848
* 9 7 8 9 3 8 7 7 0 7 4 7 4 *